दीर्घ कथा

मीना दिलीप भांड

अनुक्रमणिका

1

रेशीम गाठ

रिचा इंजिनिअर झाली. माने वकिलांची एकुलती एक मुलगी होती. उद्या आम्ही मैत्रिणी उदयपूरला फिरायला जाणार; असं सांगून तिने त्यांना सरप्राईज दिले. लाडक्या लेकी पुढे त्यांचे काय चालणार, हातात पैसा खेळत होता. हवा तेवढा खर्च कर म्हणून त्यांनी कार्ड हातात ठेवलं. तिला निरोप दिला. फिरायला फार आवडायचे. परीक्षा संपल्याने कुठली चिंता नव्हती. मुक्त फिरायला आणि काय हवं. एका हवेली सारख्या हॉटेलचं बुकिंग त्यांनी केलं. उदयपूरच्या महाल, हवेल्या, अजमेर दर्गा, पाहून जयपुर मार्केट फिरुन आले. त्यांना अजून पुढे जैसलमेर ला जायचे होते. उंटांची सफारी करून, बरच काही फिरणं झालं. संध्याकाळी हॉटेलवर बॉन फायर, लोकल डांस असा काहीसा कार्यक्रम होता. हॉटेल मालक पण हजर राहणार; असे सांगण्यात आलेलं. यांच्यातर्फे संध्याकाळचं डिनर होतं.

संध्याकाळसाठी हॉटेल ची सजावट अप्रतिम होती. वाढदिवसाचं सेलिब्रेशन होतं. पारंपारिक खाद्याची रेलचेल होती. काही पदार्थ खास बनवण्यात आलेले. संध्याकाळी सात वाजता छोट्याश्या स्टेजवर केक टेबलावर सजवण्यात आला. नंतर महाराजा सारखी पालखी आली, बाजूने अंगरक्षक खानदानी राजेशाही थाटात एक सत्तरीचे गृहस्थ डोक्यावर राजेशाही पद्धतीचे पगडी धारण करून खाली उतरले. अदबीने सगळ्यांना पाहत अभिवादन केले. त्यांच्या मुला नातवांनी हाताला

धरून स्टेजवर आणले. त्यांच्या सुना, बायका अर्धवट घुंगट काढून भरजरी पोषाखात नटून आलेल्या दिसल्या. सगळ्यांनी त्यांचा औक्षण केलं; मेणबत्ती न लावता फक्त केक कापण्यात आला. खरोखरीचे ते राजघराणे होते. त्यांचे संस्कार, वागणे, पद्धती, सारे राजेशाही होते. राजघराण्याचा चेहऱ्यावर तेज, खानदानी रुबाब, एक वेगळीच चमक होती. वागण्यात, बोलण्यात अदब होती. रिचा त्यांची फॅन झाली. तिला ते सर्व हवेसे वाटू लागले. आपण या घराण्याचा भाग असतो तर; किती मजा आली असती. एकता आणि रुपाली चे असेच सोहळा पाहून डोळे दिपले. त्यांची नजर त्या बायकावरून हटत नव्हती. रिचा ची नजर चोरून चोरून एका चेहऱ्यावर ठरत होती. ते देखणे, राजबिंड रूप डोळ्यात साठवू पाहात होती. सारखं पहावसं वाटत होतं; तरी मन भरत नव्हतं. त्या घराण्यातला तो एक कोण होता हे माहीत नव्हते. मात्र ते सर्व सोहळ्यात पुढे पुढे करीत होता. सगळे त्याला खूप मान देत होते, तोही सगळ्यांचं ऐकत होता. त्याच्या डोळ्यात एक वेगळीच चमक, वागण्यात वेगळीच अदब होती. ते सगळे आले तसे निघूनही गेले.

पण तो होता, मॅनेजरला काही गोष्टी सांगत होता ,त्याला भेटायला कोणी येणार होते. घरचे गेल्यागेल्या त्याने कॉन्फरन्स हॉल मध्ये सगळे अरेंज करायला सांगितले. रिचा त्याच्या विचारात हरवून गेली. तो सारखा सारखा तिला आठवू लागला. ती तडक मॅनेजरला भेटली, तिला त्याच्या विषयी जाणून घ्यावे असं वाटू लागलेले होते. त्याचे नाव उदयसिंह होते. राजा उदय भान राजघराण्याचे होते उदयपुर से बडे प्रतिष्ठित घराणे होते हे .स्टार हॉटेल, शिवाय बऱ्याच हवेल्या, कोठ्या, राजमहाल त्यांचेच होते. आज त्यांच्या आजोबांचा वाढदिवस होता. सर्व कारभार उदयसिंग सांभाळतात. त्यांची एक बिजनेस मिटींग आहे. ती उशिरा पर्यंत चालणार; मग हवेली तल्या त्यांच्या खास खोलीत ते राहणार. असं तिला एका वेटरने माहिती पुरवली, तिने त्याला मोठी बक्षीस दिली; अजून काही माहिती मिळाली तर सांग, म्हणून अजून बक्षीस देईन. रुपाली आणि एकता ला त्याच्या वागण्या बोलण्यामुळे कळले की तिचे काहीतरी बिनसले आहे, तिचं मन थाऱ्यावर नाही, ती खूप अस्वस्थ आहे. त्या राजघराण्याच्या सोहळ्यानंतर काहीतरी झाले

आहे .असे त्यांना समजले त्यांनी तिला थोडं रिझवण्याचा प्रयत्न केला.

रिचाला झोप येईना ती खाली लॉनमध्ये फेऱ्या मारत होती. वाऱ्याने तिचे केस तिला त्रास देत होते, ती सारखी सारखी बाजूला सारत होती. पांढऱ्या मखमली गाऊन मध्ये ती एक अप्सरा भासत होती. एखादी परी चांदण्यात वनविहार करीत आहे असं वाटत होते. फोनवर बोलता बोलता उदयची नजर लॉन वर गेली. खाली फिरणाऱ्या मुलीवर त्याचे लक्ष खिळून राहिले. ओझरत दिसणाऱ्या तिच्या सौंदर्यावर तो फिदा झाला. सतत बिझी असल्याने कधी तो निवांत असा बसला नव्हता. कोणत्याही मुलीकडे पाहायला त्याला वेळ कुठून मिळणार; राजघराण्याची बंधने, प्रतिष्ठा, त्याला सांभाळायची आणि पाळायची होती. अनायास दिसलेल्या त्या सौंदर्यात तोही गुंतत होता .तिला समोरून पाहायचा मोह त्याला होत होता; तो तसाच खाली आला. तोवर एकता आणि रुपालीने तिला रूमवर आणले. खाली ती त्याला दिसली नाही. उद्या परत मिटींग होती त्याची तयारी करायची होती. लागलीच वर येऊन झोपी गेला.

सकाळी उठून तो जॉगिंग करून मॅनेजरला काही सांगत होता. एकताने त्याला पाहिले होते, तिने लागलीस रिचाला फोन करून खाली यायला सांगितले. तोवर मी उदय निघून गेला होता. त्यांना त्याला भेटायचे होते ,आज कुठे फिरायला जायचं नाही; असं त्यांनी ठरवलं. मिटींग संपवून मालक कॅफेटेरिया मध्ये बसले आहेत असं त्या वेटरने येऊन रुपालीला सांगितले. तिने रिचाला येऊन सांगितले ,आवरण्यात वेळ न घालवता रिचा तशीच कॅफेटेरियात आली. उदय समोरच बसला होता. त्याला पाहताच तिच्या काळजाचा ठोका चुकला, हृदय जोराने धडकू लागले ,तोंड कोरडे पडले, हात-पाय थंड झाले, पाय थरथरू लागले. त्याला काय वाटेल असे वाटू लागले; काय ही मुलगी कोणाशी बोलायला लागते. पण आता बोलले नाही तर वेळच मिळणार नाही. त्याच्या समोरच्या टेबलावर जाऊन ती घरी बसल्या. रात्री च्या मुलीला एकदम समोरच्या टेबलावर येऊन बसलेलं उदयने पाहिले; एकदम सरळ तिच्या कडे पाहण्याचा धाडस त्याला होईना. कोणीच काही बोलेना मग एकताने पुढाकार घेतला. त्याच्याशी ओळख करीत बोलणे सुरू केले. मराठी चांगलं बोलता येत होतं त्याला .ओळख झाली, एकमेकांना नावे

समजली. त्याने गेस्ट म्हणून जेवणाचा आमंत्रण दिले .त्याला तिच्याबद्दल आकर्षण वाटू लागलेलं.

रिचा दुपारपर्यंत छान तयार होऊन जेवणासाठी खाली आली. जेवणासाठी खास मेनू होता, टेबल छान सजवले होते, ताज्या फुलांचा सुगंध दरवळत होता, मंद संगीत चालू होते, वातावरण अगदी आनंद देणार होतो. उदय घेऊन आपलं काम आधीच करीत बसला होता. रूपाली एकता मागून रिचा येताना पाहून त्याने काम थांबवले आणि रिचा स्वागत करीत अदबीने खुर्चीत बसवले .चार कोर्स मेनु होता. गप्पा मारत जेवण आटपली, एकमेकाविषयी सर्व जाणून घेतले, फोन नंबर शेअर केले, तो दिवस संपू नये आणि उदय समोरून जाऊ नये असे त्याला वाटत होते. घरून उदयला सारखे फोन येत होते. सकाळी येणारा उदय अद्याप आला नाही म्हणून माँ सा फोन करीत होते. एकुलता एक मुलगा होता वेळेवर घरी यायचा पण आज वेळ पाळली नव्हती. त्यांना त्याने बाय केले. तोपर्यंत ड्रायव्हर ने कार आणल्याचं वेटरने सांगितले; तो तसाच निघून गेला. जाता जाता त्याने तिचे मन पण घेऊन गेला, तिचं काळीज त्याच्या मागे धावत गेलं, राहिलं फक्त शरीर, मनाने ती त्याच्यासोबत गेली. इथे राहण्यात तिला आता इंटरेस्ट वाटेना लागलीस परतण्याचा निर्णय त्यांनी घेतला.

घरी आल्यावर वडलांना रिचाच्या वागण्यात फरक जाणवू लागला. ती हरवल्यासारखी वागत होती .सारखी फोन पाहत होती. तिला पहिल्या नजरेतील प्रेम झाले होते. त्याला पण झाले आहे की नाही हे कसे कळणार; त्याच्या फोनची वाट पाहत होती. रिचाचा स्वभाव थोडा उतावळा होता. सगळ्या गोष्टीची तिला घाई असायची, परिणामाचा विचार ती करायची नाही. आता प्रेम झाले तर झाले, मनाला काय कळते. सविताबाई ना आपल्या लेकीचे काही तरी बिनसले आहे हे जाणवत होते. ती सांगेल आपणहून उगीच चिडायला नको; म्हणून त्या गप्प बसून पहात होत्या. रुपाली एकता दोन दिवसांनी घरी आल्या, बोलता बोलता त्या राजघराण्याचा विषय निघाला, सविताबाई चे कान तीष्ण झाले. रूपालीने रिचाला उदयने फोन केला की नाही असे विचारले. एकता मध्येच म्हणाली तो राजकुमार साध्या लोकांना कसा लक्षात ठेवून फोन

करेल; ते रिचाच्या मनाला लागले, तिचे म्हणणे खरे होते. ते राजघराने त्याप्रमाणेच त्यांचे वागणे असणार, एक गोड आठवण म्हणून कायम मनात ठेवून द्यावी लागणार, प्रेम पण झाले ते राजकुमार यावर. तो मिळणे अशक्य. प्रॅक्टिकल विचार करत दुसरीकडे मन वळवण्याचा प्रयत्न केला. चला आपण फिल्म आणि नाहीतर शॉपिंग करू म्हणत बाहेर पडल्या. मोठ्या मॉलमध्ये त्या फिरत होत्या. राहून-राहून उदयाची उदय ची आठवण तिला यायची, तिचे डोळे पाणावले, काय करू मन थाऱ्यावर नव्हते. कसं भेटू त्याला तिने मनाने देवाला प्रार्थना केली. रात्री तिच्या फोन मध्ये हॉटेल ताज मध्ये येण्याचा मेसेज होता, तिला हवा असलेला मेसेज. ती हरवून गेली, सकाळी उठून जरा जास्त तयार होऊन ती रूपाली एकता सोबत ताजमध्ये होती. खरं तर ती उतावळी लवकरच आली होती. उदय आपल्या कामाच्या संदर्भात बिझी होता त्याला यायला वेळ लागला. सगळ्यांना भेटला म्हणाला तुमच्या शहरात आलो होतो म्हणून मेसेज केला. तुम्हाला भेटावेसे वाटत होते, मुलीला असे मी प्रथमच भेटायला बोलावले आहे; तर काही चुकल्यास क्षमा करा. आजवर असा प्रसंग माझ्या आयुष्यात कधीच आला नाही. कामाव्यतिरिक्त मी कुठे जात नाही. घराची प्रतिष्ठा सांभाळत फिरावे लागते ,त्यामुळे एक प्रकारचे मनावर सतत दडपण असते. मेसेज मिळाल्यावर भेटायला आल्याबद्दल धन्यवाद. खरं तर मला भीती वाटत होती; कधी कोणत्या मुलीला मेसेज केला नव्हता. आता भीती गेली ,मोकळेपणाने तुम्ही पण गप्पा मारू शकता. रिचा एकटी येणार नाही हे त्याला माहीत होते. त्याने उदयपूर वरून तीन गिफ्ट आणले होते. भेट वस्तू पाहून तिघी पण शॉक झाल्या .माझ्या माँसाने हे सिलेक्ट केले आहे, आवडले का तुम्हाला. ते लेडीज ब्रेसलेट होते, त्यावरील मीनाकारी ची डिझाईन अप्रतिम होती. आवडले, घरी सांगून याने आम्हाला इथे बोलावले आहे हे त्यांना समजले. भेट ही राज घराण्याला शोभेल अशी होती. थोड्या वेळात माँसा फोनवर आपल्याशी बोलणार आहेत; असे त्याने सांगितले. खाणे झाल्यावर त्यांच्या माँसाचा फोन आला की, मी पुढच्या आठवड्यात आपण रिचाच्या घरी येणार असल्याचे सांगितले .तसं घरी कळवून ठेवा, असं त्यांनी सांगितले. हे

सगळे शॉकिंग होते. उदयने रात्री आपली फ्लाईट आहे तर आपल्याला काम संपवून निघायचं आहे, आता रजा द्या म्हणून तिथून निघून गेला. रिचाला त्याच्या वागण्याचा अर्थ लागेना.

पुढच्या आठवड्याची वाट पाहावी लागणार. हॉटेल मधील आलेला फोन रिचाला दाखवण्यासाठी चा होता. उदयने आवडलेली मुलगी आपल्या माँसाला दाखवली. त्यानंतर सर्व ठरणार होते. एका मुलीबद्दल उदयने आपल्या माँसाला जेव्हा सांगितले; त्याचवेळी त्यांना वाटले की उदयला ती मुलगी मनापासून आवडली आहे. त्याशिवाय आपल्याशी बोलण्याचे धाडस तो करणार नाही. त्यांनाही तिला पाहायची इच्छा होती. त्याने तसं त्याला बजावले होते , मी पाहून जोपर्यंत सांगत नाही तोपर्यंत तू काहीच करायचे नाही. फोन सुद्धा करायचा नाही. उगाच आपल्या घराण्याचा मान कमी लेखू नये कोणी. त्याला पण हे सारे माहीत होते. लोकांसारखे लगेच व्यक्त होता येत नव्हते, राजघराण्याचे प्रतिष्ठा जपायची होती. जे काही आहे ते संयमाने घ्याव लागे, विचार करून करावे लागे.' जावे त्याच्या वंशा तेव्हा कळे' असे होते सारे. अजून माँसाने कोणाला काही कळू दिले नव्हते. प्रथम आपल्यापरीने सारे पाहून मगच पुढे काय करायचे त्या ठरवणार होत्या.

पुढच्या आठवड्यात फक्त माँसा हवापालट म्हणून मुंबईला आल्या. हॉटेल ताज मध्ये त्यांची व्यवस्था केली; सोबत गाडी ड्रायव्हर आणि एक दासी. एरवी दोन तीन दास्यां असल्या असत्या काम खाजगी होतं म्हणून त्यांच्या मर्जीतली दासी सोबत आली होती. दासीने फोन करून रिचाला आपल्या फॅमीली सोबत येऊन भेटण्याचे कळवले. तिने आपल्या आई-वडिलांना तशी कल्पना दिली होती. एवढ्यात काही ठरवू नका ,त्यांचे राजघराने आहे, आपल्या हातात काही नाही आपण आज फक्त भेटणार आहोत, माँसा म्हणतील तसं उदय करणार आहे, तोपर्यंत तो तुम्हाला भेटणार नाही. संध्याकाळी त्यांच्याप्रमाणेच वकील साहेबांनी भेट वस्तू खरेदी केली. त्यांचा मानपान लक्षात घेऊन तयारी करून त्यांना भेटावे असे; सविताचे म्हणणे होते. शेवटी आपण मुलीचे आई-वडील, भेदभाव नव्हता पण इतक्या वर्षाचा मनावर असलेला संस्कृतीचा पगडा, इतक्यात कुठून बदल होणार. एका राजघराण्यातल्या

व्यक्तीला भेटायचे होते,.. स्पेशल व्यवस्था करण्यात आलेली होती, रिझर्व टेबलावर छान आकर्षक फुलांची सजावट केलेली होती. माँसाहेबांनी आलेल्या पाहुण्यांचे अभिवादन करत, वेलकम केले. सर्व औपचारिकता झाली. माने वकिलांची नजर त्यांच्यावरून हटत नव्हती. राजघराण्यातील स्त्री, खानदानी सौंदर्यवती ते प्रथमच पाहात होते. सविताबाई त्यांच्या घातलेल्या कपड्या आणि मोजक्या पण आकर्षक दागिन्यांकडे एकटक पाहत राहिल्या. त्यांच्यासमोर खरोखरच आपण किती सामान्य आहोत; हे त्या दोघांना पटले. आपल्या लेकीचा त्यांना अभिमान वाटला. आपल्या मुलीने स्वतःहून मुलगा पसंत केला तोही राज घराण्यातला, जर हे नाते जुळून आले तर आपणही त्यांचा हिस्सा होऊ, म्हणून त्यांचा ऊर भरून आला, छाती गर्वाने अभिमानाने फुगली. मनामध्ये आपण राजघराणातल्या व्यक्तीला भेटायला आलो याचा गर्व इतरांना वाटला. सर्व बोलचाल होऊन, सर्व माहिती देऊन झाली. आता माँसा काय करावे लागेल, वगैरे सांगणार होत्या रिचा ला मनात भीती वाटली. पोटात कालवाकालव सुरु झाली. धडकन तेज झाली, ती गप्प बसून कान माँसाच्या बोलण्याकडे ठेवून होती. माँसाने शाही सरबत मागवले, शाही सरबत अप्रतिम होते. तुमची मुलगी मला आवडली. तिला कोणतीच बंधने आवडत नाही, हे मला तिच्या वागण्यावरून कळले, एखाद्या अवखळ नदी प्रमाणे आहे ती. आमच्या घराण्याचा, संस्कृतीचा, नियमांचा, अतिशय कठोर वाटणाऱ्या चालीरिती चा. तिला पालन करता नाही आले तर; पूर्ण आयुष्य दुःखी झाले, वाया गेले असे वाटू शकते, पश्चाताप होऊ शकतो, हे सर्व जितके सरळ आणि सोपे नाही. या घराण्याच्या फार जाचक परंपरा पाळाव्या लागतील. त्या पाळण्याची तयारी ठेवावी लागेल. काही दिवस तुम्हाला बाहेरही राहावे लागेल, कोणाच्या आधाराशिवाय बाहेरच्या कोटीत चुपचाप राहावे लागेल. माहेरची सोयरीक झाल्यावर तशी वागणूक सहन करावी लागते. परत माघारी फिरता यायचं नाही. वागणूक सहन करावी लागेल. या सगळ्या गोष्टीची कल्पना देण्यासाठी आणि त्याची तयारी करून घेण्यासाठी मी इथे आहे. अशीच आम्ही तुमच्या मुलीला आमच्या घरात दाखवू शकत नाही .आपण विचार करून आम्हाला सांगा; तरच आपण

पुढे जाऊ. त्यांनी त्याला काय काय पाळावे लागेल ते सांगितल्यावर तिची बोलती बंद झाली होती. रिचाच्या हे सारे तिच्या स्वभावाच्या विरुद्ध होते.

दिल के हाथो मजबुरी ती त्या अग्निदिव्यातून जायला तयार झाली. काय नाही करायचं माने वकीलांना सगळ्या अटी मान्य होत्या. त्यांची पत वाढणार होती, राजघराण्याची सोयरीक होणार होती., पुढे वाढणाऱ्या मानसन्मान, समाजात मिळणारी वागणूक, प्रसिद्धी हे सारे दिसत होते. पैशाने घराण्याचा मोठेपणा विकत घेता येत नाही, तो या लग्नाने साधणार होता, एका लग्नामुळे थेट राजे-महाराजांच्या घराण्यात ते पोहोचणार होते, स्वप्नातले सत्य मिळत आहे म्हटल्यावर कोण मूर्ख ना म्हणेल. तसं झालं त्यांचं. घराण्या बाहेरची सोयरीक राज्य घराण्याला नवीन नव्हती, अशा सोयरीक फार मोठ्या प्रमाणात नसल्या तरी त्या बाहेरच राहात. तसंही आता राजघराने नावापुरतेच राहिली होती. माहेरची सोयरीक मुंबईत ताज मध्ये मोठ्या लोकांच्या उपस्थितीत लग्न ठरवत, रीतीनुसार सर्व लग्न संपन्न झाले; मुलीला दूर करत सर्व मंडळी घरी आली. माने वकिलांच्या घरात लग्नाची केलेल्या खर्चाची, चर्चा पाहुणेमंडळीत आणि नातेवाईकांमध्ये कित्येक महिने होत राहिली. मानेच्या घरातल्या नातेवाईकांना आपले नाते राजघराण्याशी जोडल्या सारखे वाटत होते. त्यांना त्याचा अभिमान वाटला.

राजघराण्याशी नाते जोडून माने वकील धन्य झाले. नव्या नवरीचे राजघराण याप्रमाणे घरात स्वागत झाले, नव्या नवरीला एका छोट्या कोठारी च्या वरच्या मजल्यावर नेऊन बसवण्यात आले .सर्व मंडळी आपल्या आपल्या छोट्या-छोट्या महालात आराम करीत राहिले. माँसा एकदा येऊन रिचाला सर्व समजावून सांगून गेल्या. आपल्या आजोबांच्या सोबत बसला होता लग्नाला परवानगी दिली म्हणून, त्याने त्यांचे खूप आभार मानले, घराच्या संमतीमुळे मी आनंदाने लग्न करू शकलो; नाही तर मला खूप दुःख झाले असते. माझ्या लग्नामुळे आपल्या घरावर कोणतीही संकट येणार नाही, घराण्याचा मानसन्मान कमी होणार नाही, रिचा घराचे सगळे नियम, सर्व रीती-रिवाज पाळेल. मी आपल्याला शब्द देतो. आजोबांच्या पाया पडून तो, वर आला

पूजापाठ, देवदर्शन करून, नवी जोडी हनिमून ला जाऊन आली. तोपर्यंत सर्व ठीकच वाटत होते. खरी कसोटी तर आता लागणार होती; नव्या नवलाईचे दिवस भरकन उडून गेले. उदय पहिल्यासारखा कामात बिझी झाला. प्रॉब्लेम्स, मीटिंग यामध्ये दोन दोन दिवस तो भेटेना झाला. रिचाला दिवसभर आपल्या वरच्या मजल्यावर राहावे लागे, त्यामुळे तिला एकटं वाटू लागलं, खालच्या बाजूला यायला मनाई असे. खाली उद्यानात जायचे तर दासी सोबत जावे लागे; तेही घुंगट नाकापर्यंत घेऊन. इतर सुना, दादीसा आणि काकीसा, माँसा आपसात बोलत असत. पण रिचाशी कोणी बोलत नसे भाषेचा अडसर त्यांना वाटत होता. राजघराण्याची शिस्त होती उठून कोणीही कोणाच्या रूम मध्ये जाऊ शकत नव्हते, आधी सूचना पाठवावी लागे, परवानगी मिळाली तरच बोलावे .अन्यथा सगळे आपल्या आपल्या महालात. तिला तो महाल, पूर्ण कोठी, माजघर, त्यातला रसोडा पहायचं होतं; तिला तिथे जायची अजून परवानगी. नव्हती. रात्री आठ ला रसोडा बंद केला जाईल तो सकाळी पहाटे पूजा करून महाराज खोली. व कामे दासी येऊन करीत, प्रत्येकाची वेगवेगळी दासी होती; तिच्या तोंडाला कुलूप असल्यासारखी वागायची. जोराने आवाज नाही, मोठ्यांदा बोलणं नाही, चालताना पायाचा आवाज नाही, त्यात अजून खाणे असायचे; पण आपल्या आवडीचे नाही. जे दादीसा सांगतील तेच बनायचे तिखट, तेलकट, जेवण नाही. साजूक तुपातले, शुद्ध शाकाहारी भोजन बनायचे. स्त्रियांना तिखटाचे, मासाहारी जेवण खाण्याची बंदी होती. महाराज सात्विक भोज बनवायचे तेच खायचे. खाण्याचे नियम सर्वांना सारखेच; संध्याकाळी सात नंतर भोजन वाढले जात नव्हते. आठ वाजता पूजा करून, अग्नी शांत करून रसोडा बंद व्हायचा. मध्ये काही मिळायचे नाही. आपले मन जाने त्याने रमवावे. कोणी चित्र, काढावी, कोणी हस्तकला, इतर कला जोपासावी. प्रत्येकाच्या महालाच्या बाजूला कुंड्या, छोटी झाडे लावून छोटेखानी बगीच्या, अंगण, बाजूला सार असे त्याने तिथे आपला वेळ घालवावा .महालाच्या बाहेर अस्तित्व वेगळे आणि कोठीच्या बाहेरचं जग वेगळं; या सगळ्याशी आपसात कोणताच संबंध नसायचा. एकदा आत गेलो की आतच राहायचे. स्त्रियांना सारखे इकडे तिकडे फिरायला

मिळायचं नाही. ते काही असेल ते दासी करवी मागायचे, नाहीतर दासी आणि माँसा पर्यंत जाई. फक्त माँसा कधीतरी यायच्या बस. फोनवर बोलणं व्हायचं पण हळू आवाजात. जगाची खून सगळ्या घरात टीव्ही आणि नेट होते, पण बाकी काही नाही.

रिचाला वाटेल तेव्हा खायचे, फिरायचे, नॉनव्हेज तिला आवडायचे. आठवड्याला दोनदा फक्त व्हेज खायची तेही आईमुळे. एरवी बाप लेक ते मागवून खात असत. या सगळ्याची तिला खूप आठवण येई. सतत साडी आणि घुंगट ने तिची घुसमट होऊ लागली. तिला टिकट जेवणाची तलप व्हायची, चायनीज ची स्वप्ने पडायची. घरातले पुरुष मंडळी लग्नानंतर तिला दिसलीच नव्हती. घरातली इतर लहान मुले पण इतर मुलाप्रमाणे बागडताना तिला दिसली नाहीत. अंगणात येणाऱ्या पक्ष्यांची काय ती कीलबील असायची, ही शांतता तिला वेड लावेल असं वाटायचे. एक दोनदा दादीसा सोबत देवळात गेली; गाडीतून देवळात देवळातून महालात याला काय जाणे म्हणतात. कोणाशी बोलणं नाही, कुठे फिरलो नाही, भरजरी साडी, गळाभर दागिने वर नाकापर्यंत घुंगट, स्वतःचे पाय तेवढे दिसायचे. उदय चांगलाच होता. त्याचे तिच्यावर प्रेमही खूप होते. त्याचे असे वागणे त्याच्या अंगवळणी पडलेले; पण रिचाला बंधनांची सवय नव्हती. तिला खूप त्रास होत होता. त्याच्यावरील प्रेमापायी ची सवय करुन घेत होती. तिला कधीतरी हे सारे बदलेल या आशेवर राहायचे होते, आई पप्पांना ती सर्व ठीक असल्याचे सांगत असे. रूपाली एकताला तिथल्या बडाया मारत असे. माँसाला तिने थोडे थोडे मनातले सांगायला सुरुवात केली. वरच्या वरच्या बाजूला फिरायची परवानगी मागितली. असे सहा महिने झाले. खाली काहीतरी गडबड सुरू झाली; तिने तिच्या दासीला विचारले. तिने सांगितले दादासाला अटॅक आला आहे, त्यांना दवाखान्यात नेले. दादासा परत आले नाहीत, त्यांच्या जाण्याने दादीसा खचल्या. इतक्या वर्षांचा सहवास, असा अचानक तुटला. उदय वरचा लोड अधिक वाढला. काकूसा आणि बापूसा एकटे पडल्या सारखे वागत होते. जितके मोठे घराने, प्रतिष्ठान, मोठ्या हवेल्या, कोठ्या त्यांना सांभाळणे तेवढे खर्चिक असते. कधीकधी प्रतिष्ठा जपण्यासाठी कर्ज काढून सण करावे लागतात. तसंच काहीसं

या राजघराण्याच्या बाबत घडत होतं; जोपर्यंत दादासा होते त्यांचा हट्ट असायचा की आपले राजघराने आहेत तर आपले राहणीमान, आणि जगणं सर्व त्याप्रमाणे राहिले पाहिजे, सण तसेच साजरे झाले पाहिजे, मग तेवढं करण्यासाठी आपली क्षमता, सध्या परिस्थिती आहे की नाही, एवढ्या मोठ्या महाराजांचं, कोठे यांचा, तर हवेल यांचं, जमीन-जुमला यांचा नुसता असणं पैसा देत नसतं उलट त्यांच्या देखभालीचा खर्च, रखरखाव, प्रॉपर्टी टॅक्स, कामगारांचे पगार, घरचे खर्च, येणारे सण, प्रतिष्ठेचे पोटी होणारे खर्च यासाठी तेवढाच घरात पैसा यावा लागतो. त्याचं साधनही असावं लागतं. बदलल्या जगासोबत चालावं लागतं. हे सगळं दादासांना उदयला कधी सांगता आलं नाही; त्यांच्या मुलांना त्यांच्या समोर उभी राहण्याची हिंमत होत नव्हती; मग बोलणार कसं. परिणामी कर्जाचा डोंगर झाला होता. त्या डोंगराच्या ओझ्या खाली उदय आणि त्याचा चुलत भाऊ सुरज भाई दबत होते. काय करावे, कसं करावे असं त्यांना झाले होते. अजुन वेळ घालवला तर जप्ती आणि बदनामी ठरलेली होती. उदय आणि सुरज वयाने लहान होते त्यांनी आलेली वेळ सगळ्यांना स्पष्टपणे सांगायचे ठरवलं.

पहिल्यांदाच घरातले सगळे एकत्र आलेले, सर्व हवेल्या, कोठ्या, महाल लांबवरच्या कोठे, राहता महाल या साऱ्याचा देखभालीचा खर्च, व आधी असलेल्या कर्जाचा डोंगर, थकलेला प्रॉपर्टी कर, नोकर माणसाचा पगार, सणावाराच्या खर्च, घर खर्च, या सर्वावर आपण मार्ग काढला नाही तर आपली खूप बदनामी होईल, आपलं घराणं कलंकित होईल. आपली प्रतिष्ठा पणाला लागली आहे ती आता आपण कशी वाचवायची. सगळ्यांनी मिळून उपाय सुचवावा. दादासाहेबांनी तुम्हाला काही कळू दिले नाही. आम्ही त्यांना काही सांगू शकलो नाही. ते म्हणतील तसे वागत होतो, त्यांच्या मनाप्रमाणे हट्टमुळे कर्ज काढून सारं करीत आलो, आता ते शक्य नाही. दादीसा आम्हाला माफ करा पण हे सारं सत्य आहे. प्रतिष्ठित घराण्यातला आतल्या गोष्टी जर अशा असतील तर मग आम्ही काय करायचं आता या काळजी सुना पडल्या. स्वतःच्या माहेरी कशी मदत मागायची, त्यांना काय वाटेल. राज घराण्याची प्रतिष्ठा धोक्यात येईल म्हणून त्या गप्प बसल्या. मदत करून मार्ग निघणार

नव्हता, दादीसा माँसाला यांनी आपले दागिने देऊ केले, तो तात्पुरता उपाय होता. याने प्रश्न सुटणारा नव्हता, कायमचे सोलुशन काढावे लागणार होते. रिचा आर्किटेक इंजिनिअर होती. ती वेगळा विचार करत होती. तिने बाहेरचे जग पाहिले होते. तिला बोलायचे होते; पण नियम भंग करता येत नव्हता. घरातल्या मोठ्या समोर उदयला बाजूला पण नेता येत नव्हते, त्यावेळी गप्प बसली, फोन मध्ये गपचूप तिने मेसेज टाईप केला. त्याने तो पाहिला. त्याने सगळ्यांना यावर विचार करायला सांगून, तो वर निघून आला. रिचा या आधीच त्याचा लॅपटॉप घेऊन ओपन करून बसली होती. तिने आपल्या प्रॉपर्टीची सर्व माहिती त्याला विचारली कुठे, कुठे काय काय आहे हे त्याने तिला सांगितले. एक दोन कोठ्या किल्ल्या शेजारी होत्या. एक महाल डोंगरावर होता ,त्यावर फोकस केले. जगाच्या नकाशात याची माहिती आपण टाकली आणि त्याच्या सौंदर्याची ख्याती पसरली तर त्याचे आपण भांडवल करून हॉटेलात रुपांतर करून त्यावर इन्कम घेत त्याची देखभाल ही करू शकतो. अशा ठिकाणी राहायला कायम कोणालाही आवडते. तिथं पर्यंत पोहोचायला आणि राहायला थोड्या सुखसोयी करून घ्याव्या लागतील. त्यासाठी सध्या इन्वेस्टर आपण मिळवू शकतो, सगळं लिगली प्रपोजल बनवून मगच आऊट करावे, त्यासाठी मी मदत करू शकेन. माझ्या वडिलांच्या मोठ्या मोठ्या ओळखी आहेत ते कोणालाही काहीही सांगणार नाही, त्यामुळे तुमच्या प्रतिष्ठेला अजिबात धक्का लागणार नाही. प्रेझेंटेशन आपण अशाप्रकारे तयार करू; राजघराने ही टिकून राहील आणि त्यांचा मानसन्मान ही. रिचा ने सारे उदयला पटवून दिले.

सकाळी सर्व मोठ्या लोकांची बैठक बसली. उदयने त्यांना सारे समजावून सांगितले. तुमच्या सगळ्यांच्या संमतीशिवाय मला हे शक्य नाही, तर पटकन निर्णय घ्यावा लागेल या सगळ्यासाठी वेळ लागणार आहे, घरावर जप्ती येण्याअगोदर आपल्याला ती टाळायची आहे. सारे ऐकून दादीसाला गंभीरता कळली, नवऱ्याच्या नंतर घराण्याला कलंक लागू नये हे तिला कळत होते. सगळ्यांनी उदय सांगेल तसंच करायचे ठरवले. त्याच्या योजनेनुसार सर्व कागदपत्रे तयार करण्यात आली. त्यानंतर रिचाचे काम सुरू होणार होते; ते इथं राहून शक्य नव्हते.

दादीसाचे नियम न मोडता घरचे सर्व रीतीरिवाज पाळायचे तर तिला इथून महिनाभर दूर जावे लागणार होते. तशी उदयने तिला माहेरी पाठवून द्यावे म्हणजे तिला एकटे वाटणार नाही. मी महिनाभर घरी येणार नाही, तिथले काम व्यवस्थित आणि पूर्ण केल्याशिवाय मी परतणार नाही. असे कारण देत त्याने दादी ला राजी केलं. त्यांनी तिला माहेरी जायची परवानगी दिली ती तिच्या माहेरी आली स्वतःची खरी ओळख लपवून सर्व प्रेझेंटेशन व प्रपोजल तयार करून लोकांच्या भेटी तिने घेतल्या. सोबत माने वकील होते. मोठमोठे बिझनेस मॅन प्रपोजल पाहून तयार झाले. लागली तिने मिटींग ठरवून उदयाला कळवले. सगळी तयारी करून तिने त्याला काय काय करायचे, कशाप्रकारे बदलायचे सांगितले यावर लक्ष केंद्रित केले. मीटिंग सक्सेस झाली आणि इन्व्हेस्टर ही खुश झाले. लागलीज कामाला सुरुवात झाली. काम करण्याकरता रिचाने नकाशा प्लान करून दिला. कामाला माणसं लावून तिने आपली बुद्धिमत्ता दाखवून दिली सर्व मार्गी लागून ती स्वस्थ बसली. रोज माँसाला फोन करून खुशाली कळवत राहिली, उदय फोन करून सर्व कळवत राहिला.

आता त्यांच्या हॉटेलांच्या मालिका सुरू झाल्या. इन्व्हेस्टर च्या मदतीने आधीचे बरेच कर्ज चुकवले, उरलेल्या कर्जासाठी अवधी मागून घेतला. सगळीकडे युद्धपातळीवर काम सुरू झाले. त्याला आता स्वतःसाठी वेळ मिळेना, रिचाला पण त्याने वेळ दिला नव्हता. दोघांना भेटीची ओढ लागली. गपचूप त्याने तिला साइटवर यायला सांगितले, तीही अगदी तशीच येऊन दोन दिवस राहुन परत आली. दादीसाचे तब्येत बिघडली. काकूसाने फोन करून भेटायला बोलावले भेटायला गेल्यानंतर दादी ने सगळ्यांना बाहेर काढून फक्त उदयला आणि रिचाला थांबायला सांगितले. त्यांच्या कपाटातून एक हार उदयला काढायला सांगितला तो रिचाच्या हातात दिला. कर्तृत्व गाजवले हा दागिना तिला द्यायचा; असे मला माझ्या सासू ने सांगितले होते. त्या खूप हुशार होत्या. ज्या पिढीत अशी सून येईल तिला तो मिळावा, अशी त्यांची अट होती. सर्व बंधने, नियम, रीतीरिवाज पाळून जी सून आपलं कर्तृत्व दाखवेल. तिला माझा हा आशीर्वाद मिळावा. मला माहित होते

की उदय जे सारे करीत आहे ते तुझ्या सांगण्यानुसार करीत आहे. तुझ्या मदतीमुळे करीत आहे, तू खूप हुशार आहेस; कदाचित हा हार तुझाच असेल पुन्हा जन्म घेऊन तूच तो मिळवायला आलीस. या घराला सावरायला आलीस. उदयला आश्चर्य वाटले की दादीसाला हे सारे कसे बोलते आहे तिला कसे कळाले. घरातील सर्व सुनांवर माझी बारीक नजर होती. ज्यावेळी उदय सर्व सांगत होता त्यावेळी तिची चालवलेली चळवळ मी टिपली, तिला सोल्युशन काढता येऊ शकते, तिला नियमामुळे आता बोलता येत नव्हतं. तिने तुला वर येण्याचा निरोप दिला, मी तेही पाहिले. तू लगेच सर्व आटोपून वर गेलास. दुसऱ्या दिवशी तुझ्या हातात सोलुशन तयार होते. त्याच दिवशी रिचाला माहेरी तू पाठवले, मी तिला परवानगी दिली. ती सारे सांभाळू शकेल याची मला खात्री पटली आहे, मला आता कुठली चिंता नाही. त्यांनी तिला आशीर्वाद दिला आता घरची जबाबदारी सोपवत आहे. माझ्यानंतर या घराण्याचा मानसन्मान, रितीरिवाज जपण्याची तुझी जबाबदारी आहे. माँसाला ती आवडली होती, दादीसाला तिने जिंकले होते. दादीसाने दागिने सर्व चाव्या व किल्ल्या नवीन राणीसाच्या हातात देत आशीर्वाद देत म्हणाली माझ्या सासुसाने माझ्यावर सोपवलेली जबाबदारी मी डोळे मिटायच्या आत पूर्ण केली याचा मला खूप अभिमान वाटत आहे.

2

मिस्टेक

त्यावेळी माझे वय असेल चौदा, पंधरा मध्ये मी शहरातल्या होस्टेल मध्ये शिकत होतो. आता इथे आलो होतो. गावाकडे पुढील शिक्षणाची सोय नव्हती; म्हणून मामाने इथे आणून भरती केले. मी लहानपणापासून आजोळी वाढलो. माझे आईबाप मेल्याचं मामाने सांगितले होते, म्हणून मी कधी जास्त हट्ट रडत नव्हतो. गेल्याच वर्षी मामाचे लग्न झाले. त्यांना नको त्या अवस्थेत मी पाहिले, मला ते चोरून पाहण्याचा नाद लागला.

माझी रवानगी या होस्टेलवर झाली. या वयातलं कुतूहल आणि नवीन जाणून घेण्याची जिज्ञासा स्वस्थ बसू देत नव्हती. माझ्याकडे मोबाईल नव्हता पण मित्रांकडे होता. त्यांच्या रूम मध्ये बरेच काही असे होते तेही मला खुणावत होते. त्या मित्रांची मी मैत्री केली. आता मला केव्हाही फिल्म ,चित्रे पाहता येत होती. ती मुले माझ्यापेक्षा थोडी मोठी होती. नको-नको ते कधी होती. शनिवारी शाळेचा अर्धा दिवस सुट्टी झाली. आम्ही सगळे त्या मुलांच्या रूमवर जमा झालो. नवीन आलेली फिल्म पाहिली आणि तशीच काही मस्करी चालू झाली. मोर्चा माझ्याकडे वळला मला ,त्याने असे प्रत्यक्ष पाहिलेस का असं विचारले मीही त्यांना मी जे पाहिले ते सांगितले. आणि फुशारक्या मारल्या .त्यांना मीही काही कमी नाही हे मला दाखवायचे होते. ती फुशारकी माझ्या अंगलट आली, त्यांनी मला सिद्ध करून दाखव. असं म्हणून.

संध्याकाळी माझ्यासोबत चल वस्तीत म्हणू लागले. कालच मामाने पैसे पाठवले होते; ते खर्च कसे करायचे, महिना काढायचा होता. हा विचार मी करीत होतो. त्यांच्यापुढे माझे काही चालले नाही. मी त्यांच्यासोबत आडबाजूच्या तसल्या वस्तीत गेलो. थोडे पैसे ,आय-कार्ड असावे म्हणून शर्टाच्या खिशात टाकले . ती मुले नेहमी येत असे .त्यांनी मला एका खोलीत सोडले आणि ती दुसऱ्या खोलीत गेली. ती रूम, तो आजूबाजूचा पसारा, इतक्या लहान खोलीत कसं कोण राहू शकतो मी विचार करीत होतो. मला कसलाच अनुभव नव्हता. काय करायचं काहीच माहीत नव्हते. मी कॉटच्या एका कोपऱ्यावर अंग चोरून बसलो. एक महिला तीस ते बत्तीस वर्षांची मला पाहताच तिच्या कपाळावर आठ्या पडल्या. तिला पाहून माझी घाबरगुंडी उडाली, माझी अवस्था पाहून तिला हसू आले. पहिल्यांदाच आला व्हय मी फक्त मान हलवली. 'अस्स' आणि तिने आपले सारे कपडे क्षणात काढले तिला असं एकदम समोर पाहून माझ्या घशाला कोरड पडली; मी पापण्या हलवण्याचे देखील विसरलो; पुर्ण नग्न स्त्री माझ्यासमोर होती. आज वरसनी फिल्ममध्ये, मासिकांमध्ये, मोबाईल मध्ये पाहिले होते. पहिल्यांदाच समोर पाहत होतो, मला काहीच सुचत नव्हते मेंदू सुन्न आणि जोडे डोळे जड झाले होते; म्हणून तिनेच माझे कपडे काढण्यास सुरुवात केली तिच्या हातात माझे आय कार्ड लागले, ती पहात राहिली आणि तिचे हात थांबले, मी पहात होतो ती अशी का थांबली हे मला कळत नव्हते' हे आय कार्ड तुझेच आहे का 'अस्पष्ट बोलली मी' हो 'म्हणालो बस तिने माझ्या कानफटात मारली; मी एकदम भांबावलो माझं असं काय चुकले की, असल्या बाईने मला मारावे मी तर पहिल्यांदा इथे आलोय, आणि हिला अजून स्पर्श देखील केला नाही तरीही तिने मला मारावे. मी नजर चोरू लागलो तिने घाईघाईने अंगावर समोरचा डाऊन चढवला आणि माझ्या कडे पाहू लागली. अगदी निरखून तिचा हात माझ्या डोक्यावरून फिरला, माझ्या कपाळावर गालावर तिचे ओठ अधीरतेने फिरू लागले. हा स्पर्श वेगळाच होता; तो स्पर्श त्या प्रकारचा नव्हता इतके तर मला कळत होते, हा स्पर्श मला हवा होता तो हो मी लहानपणापासून मिळवायच्या प्रयत्नात होतो पण कधी मिळाला नव्हता. तिने मला तिच्या मिठीत

घेतले क्षण भर मी त्यात वाहावत गेलो मनाने साद घातली 'आई' आणि मी दचकलो हे काय मी हे काय विचार करतोय. मी काय करायला इथे आले आणि अशा बाईला मी मनातून आई बोलतोय. मी तिच्या मिठीतून हात झटकुन बाजुला झालो. नाही जागेचे भान आले तू इथे कसा आला? कोणी आणले तुला? मामाला माहित आहे काय तिने थेट मामा म्हटल्यावर, माझी पाचावर धारण बसली. मी गयावया करून म्हणलं नको माझ्या मामाला यातले काही कळता कामा नये. तिने सांगितले हे बघ स्वप्नील मी यातले अनुपला काहीही सांगणार नाही; पण एका अटीवर आता मात्र अतीच झाले एक तर ही बाई अशी मला भेटली त्यावर मला नावाने हाक मारते किंवा आमचं नाव पण घेतली आहे तिला काय माहित माझ्या मामाचे नाव आणि माझा मामा येथे मामा. फारच छुपा रुस्तम निघाला, मामाचा सिक्रेट माझ्या हाती लागल्याचा आनंद झाला पण तो क्षण भरच टिकला तु इथे कधी आलास राहण्यास, तू तर वनीला होतास ना तिच्या प्रश्नावर मी भानावर आलो अरे बापरे हिला तर माझ्या गावाबद्दल एकूण माझ्याबद्दल फारच माहिती दिसते कुठून आलो बाबा मी इथे चूक झाली कशाला फुशारकी मारायची आता भोगा फळे अजून फुशारक्या मार . ती म्हणाली तुला भूक लागली असेल थांब तुला खायला मागवते तिचा उत्साह कमी करत मी म्हणालो 'नको मी इथे चुकून आलो, माफ करा, जाऊ द्या मला ,मी जातो म्हणून मी पळण्याचा पवित्रा घेतला. तिने माझा हात धरला आणि म्हणाली' थांब रे लेकरा किती वर्षांनी पाहते मी तुला ते इकडे अशा अवस्थेत' मी काय तुमचं लेकरू वगैरे नाही, जाऊ द्या मला. 'आरे नाही कसा तूच ना स्वप्निल अरुण पवार, मग तूच माझा मुलगा. मिस तुला जन्म दिला आणि तुझ्यासाठी तर ही वाट धरली तुला शिकवण्यासाठी, मोठं करण्यासाठी मीच तर तुला पैसे पाठवते. मी एकदम चक्रावून गेलो. खोली गरगर फिरते असं वाटले. माझी जन्मदात्री ही आणि अशा ठिकाणी अशा पद्धतीने मला भेटावी. नाही नाही माझी आईचं वारली. असे मामाने सांगितले होते . ही बाई नक्कीच खोटे बोलते, काहीतरीच काय सांगते माझे आई बाबा माझ्या लहानपणीच वारले म्हणून मला आजीने नंतर मामाने वाढवले मामा मला खोटं कशाला सांगेल. निघतो

मी, नाही येणार परत मी. तसे तू करणारच आहेस. परत या वस्तीत यायचं नाही. आलास तर तुझं तंगडं तोडीन आणि मामाला सांगेल. कुठून आलो इथे मला फार पश्चाताप झाला ही बाई जाऊ पण देत नाही माझे मित्र काय म्हणतील ;माझी वाट पहात असतील का आणि काय विचारले तर काय सांगायचे त्यांना पंचायत झाली बुवा मामाला कळले तर तेवढ्यात तिने मागवलेला चहा-नाश्ता आला तिने आईच्या मायेने खाऊ पिऊ घातले त्यामुळे तिला म्हणालो तू इथे कशी म्हणून कशी म्हणतेस की माझ्यामुळेच तु हा व्यवसाय स्वीकारला हे कसं शक्य आहे जाणून-बुजून कोण हा धंदा स्वीकारून बदनाम होईल .ती म्हणाली ती एक मोठी कहाणी आहे तुला बाहेर भेटून सांगेन. पण मला वचन दे तू इथं पुन्हा येणार नाही. मी तिला टाळण्यासाठी हो म्हणालो आणि तिथून सटकलो

. मनातून ती नग्न छवी जाईना. म्हणते तसे जर माझी आई असेल; तर मी माझ्या आई सोबत. छे-छे तो विचारच त्याला सहन होत नव्हता. त्याने देवाचे लाख आभार मानले. आतून पूर्ण हादरला होता. तो प्रसंग त्याच्या स्वप्नात येऊ लागला. तो अस्वस्थ होऊ लागला. त्याच्या मनावर त्या प्रसंगाचा विपरीत परिणाम झाला. तो आता नेहमी एकटा राहू लागला, त्यांच्या मित्राशी तो बोलत नव्हता. त्यांना पण कळेना त्या दिवसापासून याला काय झाले त्याचा मामा आला त्याने सर्व विचारले तो काहीच सांगत नव्हता, म्हणून मामाने त्याला डॉक्टरकडे नेले डॉक्टरांनी सांगितले कोणत्यातरी घटनेचा त्याच्या मनावर परिणाम झाला आहे

. मामांनी त्यांच्या मित्राने सर्व काही सांगितले. शहानिशा करावी म्हणून मामा तिथे गेला त्याला संगीता भेटली. त्याने तिला सांगितले की; त्याला काय झाले आहे आता स्वतःच्या भावाला तसे सांगावे म्हणून ती स्वप्निल ला भेटायला आली. मामा आणि त्या बाईला एकत्र पाहून तो भीतीने थरथरू लागला. मामा मामा मामा मामा म्हणाला' ही तुझी जन्मदात्री, तुझ्यासाठी तिथे होती, तुझ्या पालनपोषणासाठी, तुला जगवण्यासाठी ती रोज मरत होती. आणि तू तिच्या त्यागाचे फळ असे वागून खेळतो देतो आहेस. असं कसं मामा काय ते सांग- एक मोठी कहाणी; आहे मी दहा वर्षांचा असेल आणि तुझी आई होती चौदा पंधरा

वर्षांची. आमचे छान हसतेखेळते कुटुंब होते. आमचा दादा त्यावेळी नुकताच अकरावीला गेला होता त्याने, जवळच्या शहरातल्या कॉलेजमध्ये ॲडमिशन झाले. शनिवारी-रविवारी त्याचे मित्र नेहमी घरी यायचे. छान गप्पा धमाल-मस्ती चालायची. आमच्या आई बाबा आई पण सामील व्हायचे.

दादांचा एक मित्र हळूहळू ताईला आवडू लागला. ते फक्त वरवरचे आकर्षण आहे; हे समजण्याची त्यांचे वय नव्हते छान दोघांची मैत्री झाली. तो कधी येतो याची ताई वाट पाहत बसायची. तोही आमच्या नकळत तिला चिडवायला, तिला भेटायला, हळू हळू स्पर्श करायचा. असे सहवासात सहा-सात महिने झाले. त्याचा सहवास ताईला बेभान करायचा. त्याच्याशिवाय तिला काहीच आवडायचे नाही. त्यावेळी मला इतके कळत नव्हते; मला चॉकलेट मिळाले की मी एकदम खुश व्हायचा, तो त्यांना एकटं सोडून खेळायला जायचो.

. एकदा सर्वजण शेजारच्या गावी गेले होते मी आणि ताई आधी सोबत होतो. आजी दुपारी झोपली होती. मी अंगणात ताई बरोबर खेळत होतो, इतक्यात दादाचा तो मित्र मोहनीश त्याने मला खूप चॉकलेट दिले, आणि मी त्यातच खुश झालो. ताईने त्याच्यासाठी चहा बनवला दोघेही; ताईच्या रूम मध्ये बसले होते, चहा घेता घेता तो ताईच्या जवळ आला अधीर त्याची जाणीव दोघांना झाली, मोह आवरू शकले नाही दोघेही बेसावध क्षणी एकमेकात विलीन झाली. नवीन स्पर्शाची गोडी वाढत गेली. चोरून सुख मिळवण्याचा त्यांचा प्रयत्न असायचा. मोहनीश त्याच्या वडिलांच्या बदलीमुळे दिल्लीला गेला; त्यामुळे त्याच्याबद्दल कोणाला काहीच कळले नाही. एक दोन महिन्याच्या चोरट्या सहवासाचे निसर्गाने आपले कर्तव्य बजावून ताईच्या उदरात रोपण करून दिली. अचानक ताईला चक्कर येऊन पडली. बाबा तिला घेऊन दवाखान्यात गेले, बाबांना डॉक्टरने सांगताच बाबा धक्क्याने जे पडले ते उठलेच नाही. घरी त्यांचे प्रेतंच आले काय झाले, कोणाला काहीच कळले नाही. अचानक घडलेल्या प्रसंगामुळे एक घर घुसळून गेले, दादाचं शिक्षण थांबले, आईला मिळेल ते काम करावे लागले. आत्या आली होती कार्याला; ताईला घेऊन गेली. मी काय घडते हे समजण्याचा प्रयत्न

करीत होतो. आजी घरी असायची; ती बाबांच्या आठवणीने रडायची तिला बघून मला रडायला यायचे. ती ही रडून धसका घेऊन देवाघरी गेली.

तिकडे आत्या ताईला घेऊन गेली आत्याच्या नवऱ्याला ते आवडले नाही, तो तिला टोचून बोलायचा. आधीच खायला नाही आणि त्यात आलीही वाटेकरी असे त्याला वाटायचे. आत्याचा मुलगा आणि नवरा दोघेही एक नंबर ते दारुडे होते. त्यांचे पैसे त्यांना पुरायचे नाहीत .आत्या गावातल्या पतपेढीत नोकरी करायची. तिने भावाची आणि घरादाराची इज्जत जाऊ नये म्हणून ताईला तिथे घेऊन गेली होती. डॉक्टर कडे तिला तिने नेले डॉक्टर गर्भपात होणार नाही; एक तर वय लहान आणि गर्भ नाजूक होता, त्याने जिवाला आणि पिशवीला धोका होता. म्हणूनच आत्याने स्वतःच्या मुलाला लग्नासाठी कसेबसे तयार केले. मंदिरात साध्या पद्धतीने तिने त्यांचे लग्न लावून दिले. त्यामुळे मुलाला नाव मिळाले, घराण्याची अब्रू वाचली. आईने ताईचे नाव टाकून दिले. ताईला कशाचाही पश्चाताप होत नव्हता. ति मी चूक केली असे ती मानत नव्हती. माझा तोल गेला, तर मी सांभाळीन माझ्या मुलाला असं म्हणायची. आत्याचा नवरा तिला त्रास द्यायचा, आता त्याला टोचून बोलायचा, बिन पैशाची सून आणली म्हणून हिणवायचे, ना तिला पाण्यात पहायचा. त्याचा मुलगा नशेमध्ये रात्री येऊन तिच्या शरीराचे लचके तोडत राहायचा. तिच्या प्रतिकाराचा त्याच्यावर काहीही परिणाम झाला नाही. असे रोजच घडत होते. त्याला शरीराची भूक भागवण्यासाठी हक्काचे माणूस मिळाले होते. त्या नरकयातना तिला रोज मारत होत्या, घरीही जाऊ शकत नव्हती, इथे तिथे कोणीच नव्हते. तिथे दिवस भरले, तिची डिलिव्हरी झाली. तिच्या बाळाचं कौतुक कोणालाच नव्हते; आत्या पण बदलत चालली होती, तिला ताईला सुन करुन घ्यायची नव्हती. तात्पुरता आधार द्यायचा होता. ती पण ताईला पाण्यात पाहू लागली, आत्याचा मुलगा तुला दिवस बद्दल सांगत होता, त्याचे दुसरे लग्न करायचे विचार त्यांच्या वडिलांच्या डोक्यात होते. त्यांना पण पटवले होते त्यांना आता अडचण वाटत होती म्हणून त्याने त्रास द्यायचे ठरवले म्हणजे ताईच घर सोडून जाईल

. कसेबसे दोन महिने झाले. स्वप्निल जवळ कोणत्या पाच वस्तू नव्हत्या, त्याला अजूनही काहीच नव्हते, त्याला कपडे नव्हते. त्याचे हाल तिला पहावत नव्हते दुधासाठी तो खूप रडत होता. ती तुटकी छत्री त्याला घेऊन या कापडात गुंडाळून अर्धवट भिजत त्याच्या पतपेढी गेली तिथे; आत्या नव्हती. आता काय करावे, गावात कुणी ओळखत नव्हते कारण, आत्याने कोणाशी बोलू भेटू दिले नव्हते, लपवून ठेवले होते. चालत चालत ती थोडा बाहेर आली स्वप्निल फार रडत होता ती फार रडवेली झाली तिचं बाळ दुधासाठी रडत होतं एका आईचं काळीज तुटत होते, त्या वेळी ती काहीही करायला तयार होती. स्टँडवर एक बाई बर्‍यापैकी दिसणारी उभी होती. तिची अवस्था पहात होती ती तिच्या जवळ येऊन म्हणाली इथून थोड्याच अंतरावर माझं घर आहे, तुला तुझ्या बाळासाठी दूध देते. ताई काही न विचार करता तिच्या सोबत गेली. पहिल्यांदा तिने स्वप्नील व तिला पुसायला टॉवेल दिले कपडे दिले त्यांची साडी पण दिले बदलायलर. स्वप्निल दूध पिऊन तो शांत गोड हसत झोपला. एका आईला अजून काय पाहिजे, तिने तिला पण खाण्यास दिले दोन तीन प्रकार होते खाल्ल्यावर पोट भरले मन भरले नव्हते. कित्येक दिवसात असे चांगले तीन खाल्ले नव्हते. तोपर्यंत बराच अंधार पडला होता पाऊस पडत होता. त्या बाईने आग्रह करून तिथे झोपण्यास सांगितले, आणि गादीही घालून दिली. अगदी पडल्यापडल्या ती झोपूनही गेली. सकाळी जराश्या उशिरानेच तिला जाग आली; स्वप्नील त्या बाई पाशी खेळत होता याने त्रास तर नाही ना दिला तुम्हाला तिने जरा ओशाळा विचारले. नाही अजिबात नाही तू शांत झोपली होतीस म्हंटलं याच्या रडण्याने तुझी झोप मोड नको म्हणून खेळवत होते. बरं चल तू फ्रेश हो आणि चहा नाश्ता करून आंघोळ करून घे आणि ही साडी घरी घेऊन जा. इतक्या प्रेमाने आणि मायेने पहिल्यांदाच कोणी बोलले होते; तिचा मन भरून आले तिने आवरून ती घरी आली घरी तिची कोणीच वाट पाहत नव्हते तिला कोणीही काहीही विचारले नाही तिच्याबद्दल प्रश्न पडला नाही त्यांना बरे झाले सुंठीवाचून खोकला गेला गेली एकदाची घराबाहेर आधी बापाला खाल्ले नंतर आजीला खाऊन आली मला खायला अशी आत्या म्हणत होती

प्रेमात मी आंधळी झाले आणि ती की सजा माझ्या भावाला मिळाली तशीच सजा हिला पण द्यायला पाहिजे खायला कार आणि धरणीला भार वाईट-साईट बोलत होती.

ताईने ठरवले; त्या बाईला काही काम देता का विचारावे आणि राहण्याची सोय करण्याबाबत विचारावे. सोबत घेऊन जाण्यासारखे तिच्याकडे सामान नव्हते. तशीच मागे फिरली आणि त्या बाईकडे गेली. तिला तिने विचारले काही काम आहे का? मला माझ्या मुलाला मोठे करायचे आहे शिकवायचे आहे. माझं या जगात कोणीच नाही. मला कोणतेही काम चालेल. ती बाई थोडी विचारात पडली; आणि म्हणाली कोणतेही काम करशील का? तर माझ्याकडे तुझ्यासाठी एक काम आहे, मी तुला पत्ता आणि पैसे देते. त्या बाईने ताईला एसटीमध्ये बसवून दिले. एसटी मधून उतरल्यावर दिलेल्या पत्त्यावर काही रिक्षाने पोहोचली. जागा जरा विचित्रच वाटली, सगळीकडे स्वच्छता होती, छोट्या छोट्या गल्ल्या दिसत होत्या. आजूबाजूला कोणीच दिसत नव्हते. आजूबाजूला पाहत ती कोणाला तरी शोधू लागली, तिला एक जाड माणूस येताना दिसला. तिने त्याला विचारले त्याने एका गल्लीत आणून सोडले वरच्या मजल्यावर जाण्यास सांगितले; आणि अक्का म्हणून हाक मार असं म्हणाला. तिने तसेच केले. थोड्या बऱ्यापैकी खोलीच्या बाहेर ती उभी होती. आतून ओरडण्याचा आवाज येत होता. शिव्यांचा आवाज येत होता. थोडे ताई घाबरत गेली. एक जाड बाई बरेच दागिने घातलेले. डोळ्यात काजळ लावलेले, हातात बांगड्या, भरपूर गजरे, सेंट मारलेला तिच्या परफ्युमचा वास प्रथम नाकात घुसला. त्यानंतर ती बाई सोप्यात बसली. ती म्हणाली' तू संगीता का? फोन आला होता मला छोटी चा, ती माझी छोटी बहिण आहे. मी तुला उद्या सर्व सांगेल. आता तू जेवून आराम कर.' तिने एका मुलीला बोलावले; ताईला तिच्या सोबत जायला सांगितले. मुलगी ताईला एका रूम मध्ये घेऊन गेली, खोली थोडी लहान होती, आणि अस्वच्छ होती. स्वप्नीला दूध पाजून तिने त्या कॉटवर झोपवले, हातात झाडू घेऊन ती रूम स्वच्छ केली. मुलगी जेवण घेऊन आली जेवण करून मी पडल्यापडल्या विचार करत झोपून गेले. सकाळी कोणाच्या तरी भांडणे, रडणे, मारणे, अशा कितीतरी आवाजाने एकदम

जाग आली; उठून पाहिले खाली काहीतरी चालले होते. ताईला काही समजले नाही आवरून त्या अक्का ला भेटायला गेली. अक्का ने तिला खाली वर पाहिले आणि म्हणाली कोणतेही काम करशील ना? साधारण तुला अंदाज आलाच असेल. अजून काही प्रश्न असतील तर मला विचार. फक्त एक करायचे; लोकांना खुश ठेवायचे, हेच काम इथे चालते. बाहेर लोक सारे फुकट घ्यायला बघतात तेच इथे पैसे देऊन घेतात. फक्त एकच अडचण आहे, तुझ्या मुलाला इथे ठेवू शकत नाही. तुला त्याची सोय कुठेतरी करावी लागेल, तुला बाकी सारे सोपे होईल. ताई ने विचार केला होता. आता मागे पहायचे नाही.

त्या बाईंना तिने त्या बाईंना एक विश्वासू माणूस द्यायला सांगितला. ताईने त्या माणसाबरोबर स्वप्निल ला मामाच्या घरी पाठवून दिले. आजी आणि मामाला स्वप्निल ला ठेवून घ्यावे लागले. तो आजोळी वाढू लागला, मोठा होत शिकून तो इथे आला होता. हे सारे ऐकून स्वप्निल स्तब्ध झाला त्याने स्वतःहून येऊन आपल्या आईला मिठी मारली; आणि रडू लागला, माझ्यामुळे तुला इतके कष्ट सोसावे लागले. नकळत झालेल्या चुकीमुळे एवढा मनस्ताप झाला .आता मी चुकून लवकर मोठा होऊन नोकरी करीन, दुसरीकडे घर घेऊन तुला घेऊन जाईन. तू तिथे आता अजिबात राहायचे नाही. आधी मला असे वचन दे, मामा आता तूच सांग तुझ्या ताईला. तरच मी अगदी बरा होई तिने तिचे कर्तव्य पार पाडले आता मला माझे कर्तव्य पार पडू दे. ती म्हणाली हो बाबा तसेच करू आता.

स्वप्निल अभ्यासाला लागला आपलं शिक्षण पूर्ण करून तो टेक्निकल कोर्सला गेला. मामा गावी गेला होता, ती परत त्या गल्लीत थोडे दिवसासाठी आली होती, मेहनत करीत त्याने चांगले दिवस आणले. फ्लॅट घेऊन लग्न करून नव्या नवरीला आपल्या घरी आणले. आईलाही आपल्या घरी आणून ठेवले. आईचे सर्व स्वप्न त्यांनी पूर्ण केले. आईच्या भूतकाळाविषयी त्याने एकही शब्द काढला नाही. आई च्या त्यागाचे फळ त्याने आईला उत्तम प्रकारे संभाळून दिले. ताईच्या डोळ्यात आपल्या मुलाचे कौतुक ओसंडून वाहत होते.

3

मी आणि ऑस्ट्रेलिया

ऑस्ट्रेलियात राहणाऱ्या माझ्या मुलीने तिसऱ्यांदा मला गोड बातमी दिली. ऐकून समाधान वाटले. पहिल्या मुलानंतर दुसऱ्या वेळी तिथे मिसकॅरेज झालेले त्यावेळी ती फार खचली होती. थोडी सैर बैर झालेली एकटेपणाला कंटाळलेली तड जोडीला थकलेली. परत जायचं नाही म्हणत होती. आता माझी खरी कसोटी होती मनातून पूर्णपणे निराश दुःखी आणि खचलेल्या माझ्या मुलीला असलेल्या माझ्या मुलीला कसे करायचे हेच मला कळत नव्हते थोडे तिच्या कलाने घेत चार गोष्टी सांगत थोडं रागावून नाण्याची दुसरी बाजू दाखवत नवीन दृष्टी देऊन समजावून दुर्देशी परत पाठवणी केली.

आज तिने ही बातमी दिली, मला खूप आनंद झाला. सातासमुद्रापलीकडे असलेली माझी मुलगी; फोन मुळे जवळ होती. दिवस भरत आले होते. माझा जीव इकडे कासावीस होत होता. कसं होणार हाच विचार सतत मनात घोळायला. पहिल्या वेळेला तिच्या सासूबाई तिकडे होत्या, पण यावेळी तिथे कोणीच नव्हतं. मी तिला येऊ का असे विचारले होते; पण ती आम्ही मॅनेज करू असं म्हणाली आला दिवस जात होता. एकदम तिचा फोन आला आवाजाने मनी चिंता दाटली मी घाबरुन तिला विचारले' काय गं काय झालं' ती म्हणाली' काही विशेष नाही, बाळ पोटात हालचाल करीत नाही. त्यामुळे मला आता ताबडतोब दवाखान्यात दाखल व्हावे लागत आहे. मी एकदम सुन्न

झाले. माझा अजून विजा आला नव्हता. आता मी काय करू? कसं पोहोचू तिकडे, जीवाची घालमेल चालू झाली. माझी अवस्था पाहून माझ्या मुलाला काळजी वाटू लागली. त्याने ट्रॅव्हल कंपनीला फोन केला सर्व माहिती घेऊन मला समजावून सांगत म्हणाला; तू काळजीने आजारी पडू नकोस. नाहीतर विजा यायचा आणि तू दवाखान्यात दाखल व्हायची. त्याचे म्हणणे रास्तच होते. विजा काढण्यासाठी जी पळापळ झाली, तो फॉर्म, ते कागद फोटो, बँक स्टेटमेंट, मेडिकल. बाई बाई मी तर कंटाळून गेले होते, आणि गांगरून गेले होते. तरी अजून सोपस्कार चालूच होते. तरी अद्याप विजा येण्याचे नाव घेत नव्हते. विजा येणार, मग तिकीट बुक होणार, सामानाच्या याद्या तयार होणार, त्यानंतर खरेदी मग पॅकिंग. सारा लवाजमा. माझं तर मन आलेल्या बाळाचा जवळ केव्हाच पोहोचले होते .राहून राहून वाटायचं पक्षांत बरं असतं; उडत-उडत कुठेही जाऊ शकतात. आणि ते गाणं कानात वाजू लागलं, मनात मी ते म्हणू लागले "पंछी नदिया पवन के झोके कोई सरहद ना इन्हे रोके". स्वयंपाक करून मी थोडास हूश्श करत बसले होते. एवढ्या ट्रॅव्हल कंपनी चा फोन आला माझा विजा आला होता. त्यांनी भेटायला बोलावले होते. मुलीला फोन केला आणि एजन्सी गाठल जावयाने तिकीट बुक केले आणि सुरू झाली जाऊ घाई, लगीन घाई , तशी जाण्याची घाई.

रोज यादी वाढत होती, रोज नवी खरेदी होत होती, तरी काहीतरी राहतच होते. हे करता करता जाण्याचा दिवस उजाडला. दारात के के ट्रॅव्हल्स ची गाडी उभी राहिली; आणि मी निघाले परदेश वारीला. काढण्यापासून सुरू झालेली परीक्षा अंतिम टप्प्यात आली होती. इथून पुढचे पेपर मला एकटीला सोडवायचे होते. मी एकटीच पहिल्यांदा देश सोडून, परक्या देशात जात होते. त्यामुळे माझ्यावर सगळ्यांच्या सूचनांचा पाऊस पडत होता. माझ्या एका भावाने मला विमानतळावर दिलेली सूचना ऐकून; तर माझे पायच लटपटायला लागले. तो म्हणाला' ताई कोणाकडे तुझे कागदपत्रे देऊ नको, कोणाच्या हातात तुझे सामान देऊ नको. कोणाचं सामान सांभाळून नको, एकट्या बाईची फार तपासणी करतात, ऑफिसर एक ना अनेक प्रश्न विचारतात.

मुलाने आणि नवऱ्याने निरोपाचा हात हलवला, डोळ्यात पाणी तरळले. तेवढ्यात मुलगा रडवेला झालेला पाहिले, त्याच्यासाठी उसने अवसान आणून चेहऱ्यावर हास्य आणले. तो फोनवर विमान जाईपर्यंत बोलत राहिला. काचेच्या दरवाजातून आत गेले आणि रूदयात धस्स झाले , मनात भीती दाटून आली. रांगा बघून मनात वाटले एवढ्या रांगा, इतके काऊंटर. मी कोणत्या रांगेत जावे, कसे जायचे माहीत नव्हते, कोणाला विचारावे, मला कुठला रांगेत जायचे कसं समजणार, मी स्वतःला खूप हुशार समजत होते; पण फाडफाड इंग्रजी येथे कोणाला, आता झाली का माझी पंचायत. ती आपली मुंबई प्रथम परकी वाटत होती. थोडाफार येत असलेल्या इंग्रजी प्रमाणे पहात माझं काऊंटर एकदाच शोधलं. जरा इकडे तिकडे पहात सगळे सोपस्कार पार पडले. तरी बरं मुलीने व्हिलचेअर बुक केली होती. आता फक्त विमानात बसायचे होते तो मदतनीस हिट पर्यंत सोडून गेला. अजून वेळ होता आणि फोन वाजला; मुलाने काळजीयुक्त फोन केलेला, त्याला झालेलं सर्व सांगून घरी जाण्यास सांगितले. सुरु झाला माझा पहिलावहिला विमान प्रवास; सीट बेल्ट लावण्यापासून खुर्ची मागेपुढे करण्याची प्रॅक्टिस केली, मग छोटा टीव्ही लावायचा प्रयत्न केला. प्रयत्नाने सारं जमलं. आधी मला काहीच माहित नव्हतं. स्वतः स्वतःची पाठ थोपटली. सुरु झाली ऑस्ट्रेलिया वारी.

एका विमानाचा प्रवास संपला. क्वालालंपूर इथून दुसरे विमान होते. पहाट होत होती परत मदतनीस होता म्हणून सारे ठीक झाले, त्याने विमानात बसल्या पर्यंतच्या गेटपर्यंत आणून सोडले. वेळ होता म्हणून जरा फोन लावा म्हटलं तर फोन बंद; इथें मला नेट कोण लावून देणार, इथला कोड फोन मध्ये कोण टाकून देणार, मला ते येत नव्हते; त्यामुळे जीव घाबरा झाला. मुला मुलीची काळजी वाटू लागली त्यात विमानातून दिसलेल्या सुंदर दृश्याचं पण विसर पडला अवस्मरणीय दृश्य होतं ते, डोळ्याचे पारणे फिटले, इतकं सुंदर दृश्य, काय तो नजारा, सूर्याची सप्तरंगी किरणे ढगान बरोबर लपंडाव करीत होती. सोनेरी रंग, नारंगी रंगात मिसळलेले मखमली ढगाचे गालिचे. कधी वाटले हातात आले तर हातातच विरघळून जातील. वेगवेगळ्या रंगांच्या छटा, इतकं मनोहारी

दृश्य मी उभ्या आयुष्यात प्रथमच पाहत होते. ते दृश्य किती पहावे आणि रूदयात साठवून ठेवावे असे झाले होते. आठवून आठवून पुन्हा पुन्हा त्या दृष्यात हरवावे असे वाटत होते. दुसऱ्या विमानात जाऊन बसले दहा ते पंधरा मिनिटे झाली, आणि सूचना झाली तांत्रिक बिघाडामुळे हे विमान जात नाही एक तासाने दुसरे विमान निघेल त्याने पुढील प्रवास होईल. संभाळत जसे इतर जातील तसे मेंढ्या प्रमाणे त्यांच्या मागे चालत राहिले. मुलीला विमानाच्या स्टेटस वरून विमान डिले झाल्याचे कळले. मी काळजीत मुलगी काळजी पडली. आईची, आई शी संपर्क कसा करायचा. देवावर भरोसा ठेवून मुलांनी आणि मी ठरवले. आणि वाट पाहत बसली. त्याही परिस्थितीत मला हसू आले; आपण प्रवासाला निघतो अर्ध्यावर जातो आणि बसचे टायर पंचर होतात ;मग सुरु होतो त्रासाचा प्रवास, दुसरी बस पकडा, तिकीट सांभाळून ठेवा. आणि अजून काय काय मग या सरकारला शिव्या. आता इथे कोणत्या सरकारवर खापर फोडायचे. आलिया भोगाची असावे सादर. एकदाचे दुसऱ्या विमानात बसले. थोडी भूक लागली होती. पहिल्या विमानातील जेवण काही मला आवडले नव्हते तर अशा प्रकारचे जेवण मी कधी खाल्ले नव्हते, ना चाखले होते म्हणून कॉपी प्यावी असा विचार केला. त्या कॉफीने तोंडच कडू केले. आता मात्र खाणे गरजेचे होते; सकाळच्या गोळ्या घ्यायच्या होत्या. वेडेवाकडे तोंड करत एक पदार्थ तोंडात टाकला, खाल्ले काहीच नाही, नुसते चिवडत राहिले. विमान उतरणार असल्याची सुचना आली. मगाशी कानात प्रचंड वेदना जाणवली होती. म्हणून कानात कापूस टाकून कानावर हात धरून बसले. खिडकीतून खालील दृश्य विलोभनीय दिसत होते, पिवळ्या रंगाची एक लांबलचक लाईन दिसत होती नंतर लक्षात आले ती लाईन नसून रस्त्यावरील दिवे होते. गाड्या, बिल्डिंग,. घरे, खेळण्यातली भासत होती. त्यावेळी फार गंमत वाटली. कहानी तील लिलिपुट शहर पाहत असल्यासारखे वाटले. उतरल्यावर मला शोधत बाकीचे सारे पार पाडायचे होते. सगळे नीट पार पडेल तर आपल्याला अधिकचा त्रास कसा होणार नाही का; पहिला वहिला विमान प्रवास लक्षात कसा राहणार. विमानात दिलेला छोटा फॉर्म मी कसाबसा विचार करून भरला; तो त्या ऑफिसरला पटला

पाहिजे ना. आता तो काय बोलतोय ते मला समजेना, आणि मी त्याला कसे सांगू ते मला कळेना, शब्दांच्या जुळवाजुळवी विचारात पडलेले मी कसेबसे त्याला काय सांगितले मला काही माहीत नाही; पण माझी तिथून सुटका झाली. त्यानंतर मला माझी बॅग सापडत नव्हती. त्यामुळे थोड परत घाबरायला झालं, थोडी शोधाशोध करीत ही बॅग एकदाची सापडली. हे सगळं पार पडता बाहेर यायला थोडा उशीरच झाला. बाहेर माझी मुलगी वाट पाहून कंटाळलेले होती, दोन लेकरं झोपायला आली होती. जावई ऑफिस वरून आले होते, ते ही थकले होते. मी दिसताच तिला हायसे वाटले. तिने लगेच गाडी काढून ठेवायला सांगितले आणि घरी निघालो. सामान डिकीत टाकले आणि सुरू झाला तिच्या घरापर्यंत चा प्रवास.

मला पाहिल्यावर तिचा जीव भांड्यात पडला होता. तिच्या आईने एक लढाई जिंकली होती. तिच्या नजरेने मला सारे सांगितले. तिला नक्कीच आपल्या आईचा अभिमान वाटला. असणार. पण ती सांगेल तर शप्पथ फक्त कौतुकाने एवढंच म्हणाली काय बुड्ढी कशी आहेस; आई वरचं प्रेम दाखवायचं असल्यास असंच काहीसं म्हणते. नवीन आलेला आमचा पाहुणा डोळे किलकिले करून मला पाहत होता. मोठ्याला आजीला काय काय सांगायचे होते; म्हणून तो माझ्या भोवती घुटमळत होता. पाहून तासाचा प्रवास करून आम्ही घरी पोहोचलो. गाडी बंगलीवजा घरात समोर थांबली. तिथे सारी घरे तशीच होती. पाहून बरे वाटले, तशा अंधारात काय दिसणार होते आणि मी काय पाहणार होते. सकाळी थोडी उशिरा जाग आली; प्रथम आठवेना की मी नक्की कुठे आहे मी दचकून उठून बसले. कारण मी जावयांच्या घरी होते; आपली संस्कृती, आपले संस्कार, इतक्या वर्षात फोन शिवाय जास्त संभाषण कधी झालेच नव्हते. त्यामुळे मनावर थोडे दडपण आले होते. आजचा दिन विशेष होता मी माझ्या मुलीच्या घरी आले होते. एकमेकीना आज नव्याने आम्ही ओळखणार होतो;आता ती मला संभाळणार होती.

घरी आल्यावर आईच्या मागेमागे करणारी माझी लाडकी चहा नाश्ता बनवून माझी वाट पाहत होती. माझी चिमणी कधीही धीर न धरणारी चक्क आज माझी वाट पहात होती. तिला मला बरेच काही

विचारायचे होते, घर दाखवायचे होते, माझ्यासाठी काय करू आणि किती करू असाही तिला झाले होते. तरीही ती शांत होती, धीराने आपली कामे करत होती. माझी धांदरट छकुली; माझ्या आईच्या भूमिकेत शिरून माझी आई होऊ पहात होती. मला थोडी गंमत वाटली. तिने तिचे घर, मागील बाजू, पुढची बाजू, ते अंगण, गॅरेज, गजेबो हे सारे दाखवताना तिला कोण आनंद होत होता. उड्या मारत मारत हे सर्व मला दाखवत होती; तिची आई तिच्या घरी आली होती. तिने लावलेली झाडे, फुलांची झाडे, लिंबू आलेलं झाड तिथे होतं त्याला बरीच लिंब दिसत, होती पिवळी पिवळी निंब झाडावर उठून दिसत होती, संत्रा एवढी लिंबू होती ती. जाई सारखी सुगंधी वेल होती, तिथली तुळस होती. मागील बाजूस फुलझाडे आणि भाज्या दाखवताना म्हणाली तुला झाडांमध्ये रमायला आवडते ना, इथे तुला बरं वाटेल, वेळ छान जाईल. आला दिवस मावळला. दुसऱ्या दिवशी बॅगा अनपॅक केल्या सामान पाहण्यात आणि नातवाला खेळविण्यात दिवस संपला. तिथले वातावरण सारखे बदलायचे, कधी वेगाने वारे वहायचे, मध्येच पाऊस यायचा, रात्री एकदम गारठा वाढायचा. हवा बदलाने आणि वातावरण बदलामुळे मला थोडी सर्दी झाली, खोकल्याने मी आजारी पडले. मी नेहमीची लागणारी औषधे आणली होती. ती खाऊन काहीच फरक पडला नाही. खोकला फारच वाढला, इतका वाढला की मी स्वतः घाबरले. यापूर्वी आयुष्यात इतका खोकला मला कधी झाला नव्हता. कधी नव्हे तो मुलीने झेंडूच्या फुलांचा काढा करून दिला. तीही काळजीत पडली घरकाम, दोन मुले, स्वयंपाक, आणि मला सांभाळताना तिची दमणूक होत होती. मी सारे पहात होते; तिचं मला कौतुक वाटू लागलं. कधी कधी आपण आपल्या जन्म दिलेल्या मुलांना पूर्ण ओळखतच नाही, आपण नेहमी फक्त पालकाची भूमिका बजावतो, त्याच दृष्टीने त्यांना पाहतो, आणि जज करतो. गुरुवारी तिकडचे मोल रात्री नऊपर्यंत उघडे असतात. म्हणून ती मला मॉल मध्ये घेऊन गेली, आधी निघताना तिने दोन्ही मुलांना नीट तयार केले, छोट्या मुलाचं खानसोबत घेतलं, त्याची बॅग तयार केली, दोघांना त्यांच्या विशेष सीट मध्ये बसवले. आणि मला काय करायचे ते सांगून स्वतः गाडी चालवायचा सीटवर बसली. तिला गाडी

चालवताना मी कधी पाहिले नव्हते, फक्त ऐकले होते, म्हणून मनात शंका होती; एवढी मोठी गाडी ही नीट चालवेल ना? थोडी भीती वाटली; तसेच कौतुकही वाटले. इतक्या सफाईदार गाडी चालवत तिने मॉल गाठल. गाडीतून मुलांचा प्राम काढून मुलाला ठेवले, माझ्या हातात मोठ्या मुलाचा हात देऊन तिच्या मागोमाग जाण्यास सांगितले. आणि मोठ्या मुलाला आजीला संभाळायला सांगत होती, त्याला म्हणाली आजीचा हात सोडू नकोस. मला हसू आले; बघा कोण कोणाला संभाळते. मॉल भव्य होता, त्यातील दुकाने छान होती. त्यांचे ब्रँड महागडे होते, त्यांच्या किमती तशाच होत्या. सगळं अगदी वेगळे होते. मोल तर आपल्या इथेही आहेत, पण इथलं वेगळेपण डोळ्यात लगेच भरते, स्वच्छता आणि भव्यता लागलीच दिसून येते. आवश्यक सामान घेऊन आणि इतर खरेदी करून आम्ही घरी परतलो परत उद्या जाऊ म्हणत उद्या शुक्रवार असल्याने मॉल उशिरापर्यंत उघडा राहणार होता. ऑस्ट्रेलिया मधील मेलबॉर्न शहरात मुलगी राहात असल्याने; आस पास ची ठिकाणे ती आईला दाखवू या असे जावई आणि मुलीने ठरवले. घरी कोणी ना कोणी भेटायला येत होते. जेवणाचे आमंत्रण देत होते. तोही पोग्राम बवत होता तेथील मराठी कुटुंबे, इतर भाषिक लोक तिथे मात्र गुण्यागोविंदाने भारतीय बनून राहतात. तिथे भारतीय भेटले की एकमेकांना तोंडभरून हसून बोलतात, भेटतात. हे मात्र पाहून आश्चर्य वाटले; नाहीतरी ते सर्वजण एकमेकांचे वैरी असल्यासारखे वागतात. बाहेरच्या देशात मात्र वेगळेच दृश्य दिसते. शहरातील भव्य मत्सालय पाहिले, भव्य मत्सालय आणि म्युझियम आकर्षक आणि स्वच्छ होते. गंमत म्हणजे माझा सहा वर्षांचा नातू माझ्या हाताला धरून मला सर्व दाखवीत होता. त्याच्या तशा दाखवण्या मुळेच मला ते अधिक भावत होते, प्रत्येक गोष्ट तो मला समजून सांगत होता, मला त्याचे ते समजावणे फार आवडत होते. अगदी मोठ्या माणसासारखा मला सर्व दाखवत व सांगत होता. रस्त्यावर येतात रस्त्यावर कसे चालायचे, मधल्या लिफ्ट मध्ये कसे जायचे, फुटपाथ वरून कसे चालायचे. ते सारे तो मला सांगत होता. कधी कधी मी मुद्दाम फुटपाथ सोडून रस्त्यावर चालू लागे; तो माझ्या हाताला धरून मला फूटपाथवर आणून सोडायचा,

आणि म्हणायचा तू एकटी कुठे जाऊ नकोस. त्याचं असं मला सांभाळणं; मला फार मज्जा वाटत होती, कौतुकही वाटत होते. तेथील स्वच्छता आणि शिस्त मात्र वाखाणण्यासारखी होती. सगळे अगदी नियमाचे पालन करताना दिसले कोणीही शॉर्टकट मारताना दिसले नाही. आपल्याला घरातून कधीही बाहेर पडून फिरायची सवय असते. तिथे मला तसं करता येत नव्हते, बाहेर पडून कुठे चालत जाता येत नाही. सर्व ठिकाणे फार दूर दूर असतात, बाहेर आपणास रोडवर माणसे जास्त दिसत नाहीत. वातावरणामुळे सगळे आपल्या आपल्या घरात असतात. कुठेही जायला गाडीच लागते, मला ती चालवता येत नाही. म्हणून मी जास्त घरातच राहत होते. बाहेर पडायचे झाले तर फिरणे किंवा शॉपिंग करण्यास इतकेच. सोमवार ते शुक्रवार काम आणि शनिवारी रविवारी फिरणे, एकत्र भेटणे, सोबत जेवण करणे, सार्‍या गोष्टी तिकडे करताना दिसतात. एक प्रकारची शिस्तबद्ध जीवन जगण्याची शैली तिथे दिसते.

रविवारी सोन्याची खाण असलेल्या ब्यालरेट गावात; ती खाण पाण्यात गेलो. आता त्या खाणीतून सोने काढले जात नाही पूर्वी काढले जात होते. त्याकाळी ते कसे काढले जायचे, आणि त्याचे दागिने कसे बनवायचे, ते शुद्ध कसे करीत होते, मातीतून वेगळे करण्याची प्रक्रिया याचे सर्व प्रात्यक्षिक येथे दाखविले जाते. पूर्वी जसे ते गाव होते; त्याप्रमाणे आता ठेवण्याचा आणि ते गाव तसेच दिसण्याचा त्यांचा प्रयत्न दिसून आला. त्यांनी ते तसे ठेवले ही आहे. ते आता एक पर्यटन स्थान झालेला आहे. पर्यटक सुद्धा भरपूर येतात, सर्वांना सोन्याची खाण पाहण्याचा असतो. जमिनी खाली जाऊन ती सोन्याची खाण पाहताना आनंद झाला. सर्व पाहून एक प्रकारचा वेगळाच अनुभव झाला. थंडगार नदीतून चाळणीने वाळूचा सोन्याचे कण देखील शोधले, ते फार वेगळे होते. तिथे फार आनंदी क्षण गोळा केले, पाणी फारच थंड होते, पाण्यात हात घातला की सुन्न होत होता तरीही आम्ही त्यातली वाळू चाळत होतो, त्यातून सोने शोधण्याचा एक खुळचटपणा केला. त्या वेडेपणात पण एक वेगळाच आनंद होता. फार सुंदर होते ते गाव पण छान होते.

ग्रिटओशन रोड समुद्र किनारे पाहिले, समुद्र फार छान स्वच्छ किनारे होते. एके दिवशी शहरात विशिष्ट दिवशी केलेली रोषणाई पाहिली. त्या तिथे त्यादिवशी मेळा भरला होता. रस्त्यावर लोक गाणे म्हणत होती, कोणी वाद्य वाजवत होती. त्यादिवशी शहर पाहिले आणि तिथे असणारी राम पाहिली. एकदा क्रूज वर फिरुन आलो, त्या क्रूज वर पार्टी पण केली. मनाला आनंद देणारे, सुंदर आणि अप्रतिम होते सगळे. एकदा मुलीने हॉटेल क्राउन मधील कॅसिनो दाखवला; एक प्रकारची वेगळी अनुभूती आली, तिथले विश्वच वेगळे, एक श्रीमंती नशा आणणारे होते. काही गेमही खेळलो. मी यापूर्वी कधीही कॅसिनो पाहिला, नव्हता एक वेगळेच थ्रील अनुभवले. कधी स्वयंपाक घर जावयांचा हातात असे. कधी बटर चिकन, कधी पावभाजी असा बेत असायचा. जावई बापूंना आवडीने जेवण बनवून सगळ्यांना खाऊ घालायची भारी हाऊस. कधी मित्रांना बोलावून बेत ठरायचा. कधी त्यांच्या मित्रांकडे जेवायला जात असो असंच असायचो मराठी कुटुंबांना भेटणे व्हायचे शनिवारी डोंगराखाली पाणी वाहून तयार झालेल्या घसरत्या रस्त्याने निसरड्या पायऱ्यांनी आत फेरी केव्स आणि बुचन केव्स आत नावाची गुहा पाहिली. गुहा होती ती ही पाहिली दोन्ही वेगवेगळ्या होत्या. एक गुहा नावाची; वर्षानुवर्षे पाणी वाहून तयार झालेले क्रिस्टल, त्याच्यात जमा झालेले रंग, अगदी जादुई नगरी असल्यासारखे वाटत होते. पाणी वाहताना त्यात सिलिकॉन व इतर धातू मिसळून त्यांचा झालेला संगम त्या पाण्यात उतरलेला होता. थंड वातावरणाने त्याच्या बर्फाचे लांबलचक सुळे लटकत होते, त्यावर उजेड पडता ते चमकत होते. त्यामुळे त्या वातावरणाला जादुई पणा प्राप्त झालेला वाटत होता, एक प्रकारचे गु डडले होते. जमिनीखाली भेगा जाताना दिसत होत्या, पृथ्वीच्या पोटात जात असाव्या असे वाटत दिसत होते; त्यामुळे एक प्रकारची भीती मनात दाटून आली. छोट्या वाटा असल्याने सांभाळून चालावे लागत होते. कुठे विशिष्ट आकार झाले; होते कधीकधी आकृती सारखे वाटायचे. शंकर शंकराची पिंड, मानवी आकार, अशा प्रकारच्या आकृत्या दिसत होत्या. सगळ्यांमध्ये विशिष्ट प्रकारची चमक होती ती मनाला खूप मोहक भुरळ घालत होती. अशी बरीच ठिकाणे पाहिली

पण मनाला भावलेली फक्त मी लिहिले आहेत. नातवा सोबत त्याच्या स्विमिंग क्लासला गेले होते. इथे तिथे मुली सोबत जाकुजी मसाज, सोना बाथ आणि स्टीम बाथ. जाकुजी मसाज केल्यानंतर दोन दिवस मला पाण्यात तरंगत असल्याचा भास होत होता. असे वेगवेगळे अनुभव गोळा करत होते, माझा वेळ जात तीन महिने कधी संपले मला कळलेच नाही. जड अंतकरणाने माझा परतीचा प्रवास सुरू झाला. पुन्हा हीच वाट पुन्हा एकटी ची परीक्षा थोडी परिचित, होडी अनोळखी असलेली, माहिती नसलेली. सोबत मनात साठवलेल्या आठवणी सह आपली माय भूमी भारत गाठले. माझा मुलगा आणि सून विमानतळावर आपल्या नव्या सरप्राईज सोबत मला घ्यायला आले होते. त्यांची सर प्राईज होती; नवीन चार चाकी टाटाची, टाटा टिगोर. सहा महिन्यांनी पुन्हा एकदा कांगारूच्या देशा मी निघाले होते .आता मात्र सर्व परिचित तरीही मनात हुरहूर होती. तरी गालबोट लागले; माझी बॅग मिसिंग होती. दोन दिवसांनी त्यांनी ती घरपोच आणून दिली. तोपर्यंत मुलीचे कपडे वापरले, दुसरा पर्यायच नव्हता. यावेळी मात्र फिरण्यात वेळ न घालवता; तिथल्या मराठी मंडळाचे आणि मराठी कुटुंबाची ओळख करून घेतली. मराठी मंडळांचे कार्यक्रम, कधी मराठी कुटुंबात असलेली वास्तुशांती, कधी डोहाळे जेवण, कधी वाढदिवस, कधी बारसे असे कार्यक्रम मी पाहिले. अशा एका कुटुंबात वास्तुशांती करिता गेलो होतो. परदेशातील वास्तुशांती; काही वेगळं पाहायला मिळेल पण माझी निराशा झाली. बायका तशाच प्रकारे टिपिकल साड्या आणि दागिने घालून म्हटल्या होत्या, त्यांच्या बोलण्यात तेवढे थोडं वेगळेपण होते त्यांचे संभाषण असे होते,' ही साडी टू भारतातून मागवली का? भारतात तू गेली होतीस तेव्हा आणलेस का.'? कोणाला काही सासूने आणून दिलेले, त्या भारतातून नुकत्याच आलेल्या. कोणी भारतवारी करून आलेलं. असेच त्यांचे संभाषण चालू होते. आपण भारतीय असल्याचे त्यांना विसरायचे नव्हते. मला भारतात असल्या सारखेच वाटत; होत थोडासा फरक जाणवत होता. पुरुष एकत्र येऊन बसले होते त्यांच्या बायका मुलांना सांभाळत त्यांना खायला घालत होत्या; टिपिकल भारतीय.

एकदा मी डोहाळे जेवणा करिता गेले होते. त्यांचा छोट हॉटेलचा छोटा हॉल होता टिपिकल ट्रेसफोड होता. ट्रेस फोड असलेला जेवणाचा छोटेखानी कार्यक्रम होत. त्यामध्ये बेबी शावर त्याच्या रिलेटेड सर्व गेम होते. मला फार कंटाळा आला मी माझ्या नातवाचा सोबत वेळ घालवला

गणपती गणेश चतुर्थीला तिथल्या मराठी मंडळाने; ढोल ताशा वाजत गणपती आणला. तिथे आणि असे बरेच कार्यक्रम होते, नाच गाणी कार्यक्रम होते. सातासमुद्रापलीकडे आपला गणराया आलेला पाहून मनाला समाधान वाटले. आपली संस्कृती जपण्याची त्यांची धडपड त्यासाठी घेतलेले कष्ट दिसून आले. कामातून वेळ काढत, आपला वेळ जमेल तसा प्रत्येक जण देत होते. सण साजरे करण्याची त्यांची पद्धत कौतुकास्पद होती, आपल्या मुलांना आपल्या संस्कृतीची ओळख, आपल्या सणांची ओळख करून देण्यास ते कुठेच कमी पडत नव्हते.

आपल्या भारतीयांनी जपलेली परंपरा सवडीनुसार वार ठरवून केलेली जमवाजमव करीत एक वार ठरवून मोठ्या मैदानात आतिषबाजी आणि फटाके लावून केलेले रावण दहन. वाखाणण्यासारखे होते. आतिषबाजी पाहून मान दुखू लागली तरी; मान खाली करण्याची इच्छा होत नव्हती. जत्रे सारखे तंबू उभारले होते, एक प्रकारची जत्राच भरली होती. तंबू सारखी दुकाने होती. खाण्यापिण्याचे स्टॉल होते, तिथले पदार्थ, सगळ्यांची रेलचेल होती. क्षणभरासाठी मला भारतात असल्या सारखेच वाटत होते. भारतीय लोकांनी टेबलावर खाल्लेले पदार्थ टाकले होते. कचरा केला होता, मोजक्या खुर्च्या होत्या त्याही अडवल्या होत्या. तिथली शिस्त ही पाळली नव्हती, स्वच्छता पाळली नव्हती. भारतात वागतात तसेच तिकडे वागत होते. त्यावेळी त्यांनी दाखवून दिले आम्ही भारतीय सुधारण्या पलीकडे आहोत. मला भयंकर राग आला होता आपली वृत्ती भारतीय राहणार, जगाच्या पाठीवर कुठेही गेल्यावर ती दाखवणार, बायकांना तसंच वाजवणार, वागवणार, आणि आपणही तसेच वागणार. काही निवडक भारतीय बाबत माझे हे विचार आहेत. सगळेच असे असतात असं नाही; पण त्या वेळी तिथेच असे दिसले. मोठ्या हॉलमध्ये. गरबा ठेवला होता, छोट्या-मोठ्या ग्रुप मे तो खेळला

जात होता पण तेवढी मजा आली नाही. थोडस कंटाळवाणे वाटल. तिथे राहणाऱ्या माझ्या भावाचे घर बांधून झाले. त्यान गृहाप्रवेशा ची पूजा ठेवली. पुजारी पूजा करण्यास आला होता त्यांनी सोबत सगळी सामग्री होमकुंड आणले होते. त्यादिवशी स्मोक फ्री डे होता; म्हणजे त्यादिवशी कोणीही घरामध्ये अथवा बाहेर धूर करायचा नाही. त्या प्रकारची लाकडे म्हणजेच समिधा तिथे मिळतात त्याने आणली होती. तीन तासांमध्ये पूजा नैवेद्य करून पुजाराने होमकुंड स्वच्छ करून आपल्या सोबत घेऊन गेला. नाहीतर आपल्याकडे दुसऱ्या दिवसापर्यंत गुऱ्हाळ चालते होम कुंडाचे. या मंदिरात कमालीची स्वच्छता दिसली. कार्य एकदम शिस्तबद्ध चाललेले दिसले. इथे असलेले दुर्गा मंदिर आणि शिवालय मी पाहिले. पुजा आपल्यासारखीच करतात. थोडक्यात काय आपले नियम पाळून, सरकारी नियम पाळून. पूजा विधी करणे. अंधविश्वास नाही पण आस्था जरूर आहे. ना कोणाला आवाजाचा त्रास, ना अधिकचा कचरा जेवणाची नासाडी नाही. पाहुण्यांचे रुसवे-फुगवे नव्हते. बाहेरच्या देशात गेल्यावर आपण सगळे चुपचाप पाहतो, पाळतो मग आपल्या देशात नियम का नाही पाळत. हा प्रश्न मला पडला. फक्त गणेश चतुर्थीला येतो बाकीचे सगळे क्षण सुट्टीच्या दिवशी ठरवून योजले जातात. आणि साजरे करीत राहतात. तिथेही आपल्या मुलांच्या आवडी जपल्या जातात सर्व कला जोपासल्या जातात; नुत्य , तबला, हार्मोनियम वाजवणे, भरतनाट्यम, गाणे शिकवणे या सगळ्या कलागुणांचे कौतुक करण्यासाठी मराठी मंडळे कार्यक्रम आखतात आणि तशा प्रकारचे कार्यक्रम ठेवतात. दक्षिण भारतीय त्यांच्या' आईना' नावाच्या संस्थेमार्फत हे कार्यक्रम आखतात आणि ठरवतात. आपल्या बॉलिवूड परफॉर्म काय करण्यास जी तिकडे मजा आहे आपल्याकडे नाही. कोणतेही गाणे, नुत्य कसही करा; ते लोक भरभरून साथ देतात. तसेही आपली गाणी आपले डान्स जगाच्या पाठीवर एक नंबर. अशा कार्यक्रमासाठी घेतलेली मेहनत, काढलेला वेळ. आणि आर्थिक जमवाजमव. कष्ट करण्याची तयारी, हे सारे कौतुकास्पद आहे. कार्यकर्त्यांच्या पाठीवर शाबासकींची थाप द्यायलाच हवी. त्या कार्यास माझे नम्र अभिवादन. त्या सगळ्या मेहनती कार्यकर्त्यांना माझा

मानाचा मुजरा. दरवेळी मी निघताना माझे पाऊल जड होते. आपल्या मागे लाडक्या नातवांना सोडून यायला जीव खालीवर होतो. मायदेशी परतताना मन उदास होते. पुन्हा त्यांना भेटण्याची ओढ मनात ठेवून निघावे लागते. दरवेळी दिसतात नवी वळणे, नजरा, नव्या वाटा, नव्या गोष्टी, आणि आपले भारतीय.

४

लग्नगाठ

पाटलाच्या घरी आज सवाष्ण जेवण होते. गावातल्या सगळ्या घरातल्या बायकांना जेवण होते, गावामध्ये एकच चर्चा चालू होती आणि लगबग पण चालू होती. वाइयातल्या बायांना पार्लर वाली बोलावले. श्याम काकाची शामली वहिनी खास होती, वहिनी तिला निरोप दिला होता. त्यांची तयारी तीच करून देणार होती. तिने केलेला मेकअप त्यांना आवडत असे. सकाळी त्यांचा दोनदा सांगावा आला होता. सकाळपासून शामली आजारी होती तिला वहिनींना नाराज करायचे नव्हते पण तिचा इलाज नव्हता. तिच्यासाठी शहरातून आलेली तिची मैत्रीण साक्षी जायला तयार झाली. साक्षी शामली लहानपणापासूनची मैत्री होती गावातली जुनी फॅक्टरी आणि शेती साक्षीच्या नावे होती. साक्षी शहरात राहायला जरूर गेली होती पण ती नेहमी गावातल्या बंगालीत राहायला यायची त्या दोघी मैत्रिणी खूप मजा मस्ती करायच्या. साक्षीने श्यामली च्या बदली जायचे ठरवले आणि ती वाइयात आली. वाइयात पाऊल ठेवतात जुन्या आणि नव्याचा संगम असलेला वाडा तिला खूप आवडला तिला या वाइयात कोणीच ओळखत नव्हते त्यामुळे ती बिनधास्त होती. या गावात पाटील काका आणि श्याम काका पाटील यांचा मोठा मुलगा तिला ओळखत होते. इथले सारे श्याम काका पहात होते. साक्षी नेहमी अधून-मधून येत राहायची; त्यावेळी ते सगळे हिशोब ठेवत असे. तशीच ती आता आली होती म्हणून तिला वाइयात यायला मिळाले. मागून

कोणीतरी हटकले म्हणून ती वळून पाहू लागली. तिला एक मुलगी दिसली तिच्या वागण्या बोलण्यावरुन लाडावलेली उद्धट आगाऊ वाटत होती. साक्षीने जास्त वेळ न घालवता विचारले कोणाचा मेकअप आधी करायचा आहे वहिनी ने मला बोलावले होते तर प्रथम त्यांचा मेकअप करते, त्यांची रूम दाखवा. आलेल्या मुलीला सांगितले. अंजली नावाची ती मुलगी पाटलाची लाडावलेली हट्टी मुलगी होती. तू नकत म्हणाली वहिनींना काय करायचं आहे एवढं अजून एवढं सजून सजून दादा तर आधीच मुठीत आहे; आबा पण हल्ली तिचं ऐकतात, तिचे कौतुक करीत असतात. इथे आमचं ऐकतोय कोण. साक्षीने तिचाच मेकअप आधी करून दिला आणि तिला गप्प केले. वहिनीने साक्षीला आपल्या खोलीत बोलावले आणि तिला हवा तसा मेकअप करण्याची विनंती केली. श्यामली बद्दल विचारले. अंजली साक्षीला पहिल्याच भेटीत आवडली नाही; तिला काय करायचे होते तिला तर वहिनीने बोलवले होते. वहिनीने तिला क्षणामध्ये आपलेसे केले. तिला वहिनी आवडली इथे फक्त शामली ची मैत्रीण होती, काहीवेळा दोघी पक्क्या मैत्रिणी झाल्या वहिनींचा मेकअप आवरून साक्षी जायला निघाली; वहिनी मी तिला थांबण्याचा आग्रह केला साक्षीने कपड्याचा बहाणा केला तर वहिनीने तिला आपल्य कपाट उघडून समोर ठेवले आणि हवे ते घेण्यास सांगितले. साक्षीला फार अवघडत होत; तिने आपली ओळख लपवली होती. तिथे ती फक्त श्यामली ची मैत्रीण म्हणून आली होती. मुळच सालस आणि सुसंस्कृत मुलगी होती .तिच्या बापूजींचे आणि आबांचे त्यांची चांगली मैत्री होती. वहिनीचे मन तिला मोडवत नव्हते म्हणून ती तयार होऊन हॉलमध्ये बसवली होती. ते अंजलीने पाहिले तिचा पारा वर चढला साक्षी च्या अंगावर खेकसली तू इथे काय गेस्ट म्हणून आली आहेस का; काम करायला आली आहेस. त्यामुळे जाऊन नोकरांच्या भागात बसायचं, इथे बसायचं नाही. इथून उठ आणि तिथे बस. साक्षीला तिचा खुप राग आला होता; ती तिथून निघून जायला पहात होती, पण शामली चा विचार करून गप्प बसले. शिवाय वहिनी तिच्याशी आपलेपणाने वागली होती म्हणून ती उठून जायला निघाली. हे सारं निशांत दुरून पहात होता त्याला तिला कुठेतरी पाहिल्यासारखे वाटत

होते पण कुठे हे आठवत नव्हते त्याला. त्याला अंजली चा राग आला अंजली असं कोणाशी पण कशी वागू शकते. त साक्षीच्या रूपा वर फिदा झाला होता. ही मुलगी आपल्या घरी कशी आहे हा प्रश्न त्याला पडला होता. पुढे येत त्याने आपली ओळख करून दिली मी निशांत पाटलांचा मुलगा. पूर्ण कार्यक्रम होईपर्यंत तो तिच्या मागे मागे होता. त्याला ती खूप आवडली होती ,तिच्या तो गुंतला, तिने कुठेही समोरून जाऊ नये असे त्याला वाटत होते. वहिनी मी त्याला काही काम सांगितले त्याचा पाय तिथून निघत नव्हता; उगाच कोणाला बोलायला जागा नको म्हणून तो बाहेर गेला. वहिनीने साक्षीला सर्व होईपर्यंत उशीर होईल म्हणून जेवून घ्यायला सांगितले अंजलीने तिथे येऊन वहिनींना ओरडली नोकरांच्या आधी मालकांनी जेवायचे नोकरांनी तू हिला आधी जेवायला कसे दिले. मगाशी वहिनी ची साडी तिच्या अंगावर पाहून तिला चोर ठरवले होते. निशांतला तिचे वागणे आवडले नव्हते त्याला अंजली चा प्रचंड राग आला होता. साक्षी शांत होती तिच्या मनाला वेदना झाल्या होत्या श्याम काका आणि शामली मुळे ती गप्प बसली. तिथून आपल्या घरी निघून आली. साक्षी श्यामलीला न भेटता; श्यामलीला हे सारे माहीत नव्हते. आल्यावर ती तडक आपल्या रूममध्ये गेली कोकिळाबेन ला वाटले थकली असेल म्हणून न बोलता रूममध्ये गेली. संध्याकाळ झाली तरी साक्षी रूम मध्येच होती; तिच्या डोक्यातून अंजली आणि वाडा जात नव्हते. मनाने दुखावलेल्या साक्षीला अंजलीने साधे माणूसही समजू नये याचं तिला दुःख जास्त होत होते. कोकिळाबेन ला चैन पडत नव्हती. रोज चिऊचिऊ करणारी आपली मुलगी, अशी गप्प का आहे, आपल्या रूममध्ये एकटीच का, बसली आहे, नक्कीच काहीतरी बिनसले आहे, मनाने फार हळवी आहे ती. तिच्यासाठी त्यांनी खमंग बनवले आणि तिच्या रूम मध्ये घेऊन गेले; तिला त्यांनी आपल्या जवळ घेत गोंजारत हळूहळू मनातले काढायला सुरुवात केली. सगळे ऐकल्यावर त्यांनी सगळ्या गोष्टी सोडून द्यायला सांगितल्या. स्वभाव असतो असा एकेकाचा. लक्ष द्यायचे नाही विसरून जा सगळे.

कॉलेजात कल्चर प्रोग्राम सुरू झाले. त्यात ती सारे विसरली. रोज कॅफे फुल होत होता. दिवसभर मुलांची चर्चा चालू राहायची. निशांत तिथे

बसला होता क्यासे हाय-फाय होता. पलीकडे साक्षी तिच्या मैत्रिणीसोबत बसली होती. काचेच्या पलीकडे ओझर ते पणे त्याला साक्षी दिसली मला वाटले त्याला वाटले इतक्या हाय फाय कॉफेमध्ये साक्षी काय करणार; इथे मला ती कशी दिसू शकते. आपण सारखा तिचा विचार करतो म्हणून आपल्याला ती सगळीकडे दिसते, तिचा भास झाला असेल. असं स्वतः विचार करत हरवलेल्या निशांत च्या बाजूने साक्षी गेली तरी त्याला दिसली नाही. पोग्राम च्या आधी सर्वजण कार रेसिंग पाहायला; स्पोट्र्स कार रेसिंग पहायला गेले होते. तिथे बड्या बापाची मक्तेदारी असायची. सारी मुले महागड्या कार सोबत आलेली. तिथेही साक्षी हेल्मेट घातलेली त्याला दिसली. आता मात्र त्याला आपल्याला साक्षीचा मजूनु झाल्यासारखे वाटले. इथे पण ती पार्लर वाली काय करते; त्या कारमध्ये कशी असेल. तू विचार करीत असताना फायर झाला; आणि गाड्या सुसाट पळाल्या. तो पाहातच राहिला. कॉलेजचा तो दिवस उजाडला सगळे हॉलमध्ये जमले .बॅकस्टेजला आपली तयारी करीत होते. प्रोग्राम के पोस्टर बाहेर लावण्यात आले होते. पोस्टर वर सर्व कार्यक्रमाची यादी होती. यादीमध्ये भरत नाट्यम नंतर भाषण आणि बक्षीस समारंभ इतका वेळ कोण बसणार म्हणून तो रूमवर निघून आला आपण शेवटी जाऊ विचार करीत आराम करीत होता त्याचे चित्त थाऱ्यावर नव्हते जिथे तिथे त्याला साक्षी दिसत होती. थोडा वेळ आराम करून तो तयार झाला, स्वतःला आरशात पाहून पुन्हा हसला आणि हॉलवर परतला. एकदम शांत होता सगळे, इतके शांत कसे काय, काय पहात आहे, कुठलाच आवाज येत नाही कसा, म्हणून तो दरवाजा ढकलून आज प्रवेश करता झाला; आणि सगळा हॉल काय पहात आहे ते पाहू लागला. स्टेजवर भरत नाट्यम चालू होते त्याची नजर स्टेजवर जाता; स्टेजवर नृत्य करणारी साक्षी त्याला दिसली तो भांबावला अरे यार इथे पण हीच दिसते तो मटकन बसला तिच्या एक-एक मुद्रा वर सर्व फिदा होत होते. फक्त म्युझिक आणि चाळ याचा आवाज येत होता. तो परत परत डोळे फाडुन पहात होता. आता मात्र त्याला खात्री पटली की हा भास नाही तर खरोखरच साक्षी नित्य करीत आहे. पाहुणे आले, भाषणे झाली. बेस्ट नृत्याच प्राईज म्हणून साक्षी धिरजी भाई पटेल असे नाव

पुकारले गेले. आणि निशांत जागेवर उडाला, त्याच्या कानावर विश्वास बसत नव्हता. आपण हिला काय समजत होतो आणि ही कोण आहे हे त्याला पटत नव्हते, पचत नव्हते. त्याने आपल्या मित्रांना परत परत विचारले; आणि मनातून तो खजील झाला, स्वतःची त्याला लाज वाटू लागली, आपण किती मूर्ख आहोत असे वाटू लागले. सवयीप्रमाणे निशांत सकाळी मंदिरात आला होता मंदिर फुलांनी सजवलेले दिसले. त्याने पंडितला विचारले मंदिर फुलांनी का सजवले आहे आणि नमस्कार केला; पंडित घाईत होता त्यांनी फक्त शेठजी येणार आहेत असं सांगितलं तो तिथेच थांबला त्याने परत पंडितला विचारले ते म्हणाले आज त्याच्या मुलीचा वाढदिवस आहे, दरवर्षीप्रमाणे धर्म करणार, दानधर्म करणार आहे. त्यासाठी सगळी तयारी चालू आहे. म्हणून जरा गडबड आहे, तू थांब प्रसाद घेऊन जा. दरवर्षी साक्षी बिटिया याच दिवशी दानधर्म करीत असते. त्याला पण साक्षीला पाहायचे होते गाड्या आल्या, गाड्या येताच लगबग सुरू झाली पहिल्यांदा सुरक्षारक्षक आले मग साक्षी आणि तिचे आई-वडील भाऊ आले गुलाबी नेक गाऊन मध्ये एक अप्सरा भासत होती, आकाशातून उतरलेली परी दिसत होती. पूजा करून, दानधर्म करून ती गाडीत जाऊन बसली. तिला कोपऱ्यात उभा राहिलेला निशांत दिसला होता .तिने तसे दाखवले नाही. गाड्या आल्या तशा निघूनही गेल्या. पुजाऱ्याने त्याला हाक मारून प्रसाद दिला. आणि त्यांचे गुणगान करीत तो मंदिरातून त्याच्या निवासस्थानी मार्गस्थ झाला.

निशांतला दादाचा फोन आला त्याला गावाकडे बोलावले होते. गावात काही कार्यक्रम होता. तो गावात आला तेव्हा सजलं होतं , सगळीकडे आनंदी आनंद दिसत होता. गावात कोणी बडी असामी येणार होती त्याला इतकेच माहीत झाले. दादाने सांगितले फॅक्टरी पूजा आहे. गावातली एकमेव जुनी फॅक्टरी कोणी लालजी भाई होते. धिरजी भाई वडिलांच्या फॅक्टरीला आज 75 वर्षे पूर्ण झाली होती. म्हणून तिथे पूजा होती. धिरजी भाई त्यांच्या कुटुंबासमवेत येथे आले होते. श्याम काका सारी व्यवस्था पाहात होते. गावात सणासारखे वातावरण होते, सगळ्यांना आपल्या घरचे कार्य असल्यासारखे वाटत होते, त्यामुळे

सगळे खुश होते. स्वतः धिरजी भाई सगळ्यांना आग्रह करून खाऊ घालत होते. प्रत्येकाला निरोप देताना हातात पाकीट देत होते, थोरांच्या पाया पडत होते, सोबतीला गळाभेट घेत होते, तोरा नव्हता, बडेजाव दिसत नव्हता, सगळे एक कुटुंब आहे असे वागत होते. गावाकडून निघून धिरजी भाई शहरात जाऊन पंचवीस वर्षे झाली. व्यापार वाढला, परदेशा पर्यंत पोहोचला. तरी गावातली जुनी फॅक्टरी दिमाखात उभी होती. आजही चांगल्या प्रकारे चालत होती. त्यातील मशिनरी आधुनिक झाली होती, युनिट वाढले होते. कापडा सोबत, साखर कारखाना ही लागला होता. सर्व गावकरी इथेच आपल्या कापूस आणि ऊस आणत होते. त्यांची मुलेही इथेच काम करीत होती. त्यामुळे फॅक्टरीत यांची आहे असे ते मानत होते. धीरज भाई कधी मालका सारखे वागले नाही. आता या सा-या कारभाराची मालकीण फक्त साक्षी होती. शुभम शहरातील कारखाना आणि परदेशाची कार्यालय संभाळत होता. वेळ पडेल तेव्हा साक्षीला मदत करायला यायचा आणि सल्ला द्यायचा. भाई फक्त त्यांच्यावर लक्ष ठेवायचे. पाटील धिरजी भाई बरोबर बोलत होते; पण म्हणून साक्षी जेवण वाढत होती अंजली आणि वहिनी आल्या त्यांनी साक्षीला पाहिले; अंजलीने नाक मुरडले इथे काम करायला आली असेल असे वाटून तिला पदार्थ आणायला लावले. निशांत आणि दादा थोड्यावेळाने येणार होते. तोवर वहिनी अंजली वाड्यावर परतले. दादाने निशांतची ओळख करून दिली आणि साक्षी च्याच कॉलेजात आहे हेही सांगायला तो विसरला नाही, निशांत पाया पडला. सगळे जेवायला बसले श्याम काका आता वाढत होते. सगळा कार्यक्रम आटोपता झाला .तिथेच राहिली. सगळे घरी परतले. साक्षीने आपल्या मैत्रिणीला त बोलून घेतले. घरी जाताच शुभमला जमशेदपूरला जायचे होते. साक्षीने आपल्या बंगल्याभोवती श्याम काका च्या भावाला छोटी बाग करायला सांगितली होती. शहरातल्या घरात जशी बाग होती तसेच इथे करायची होती, दोन्हीकडे श्याम काकांचे भाऊ काम करीत असत. कारखान्यात पण अशीच बाग तयार केली होती. रोज येणारी सुगंधित फुले साक्षीला फार आवडायची त्या फुलांमध्ये लहान मुलासारखी हरवून जायची, बागडत राहायची, आता पण तिथेच होती. कधी करमत नसल्यास, उदास

असल्यास, ती बागेत बसायची, तिथे तिला आनंद वाटायचा. बागेशी हितगुज चालायचे, या सगळ्यांमध्ये तिला तिची मैत्रीण लागायची. कॉलेजला सुट्ट्या लागल्या, इथेच वेळ घालवू. स्वयंपाकाला मिराबाई यायच्या वर कामाला राधाबाई होत्या. अजून दोन गडी होतेच मग काय. तिला येऊन चार दिवस झाले. बाग छान फुलली होती, झोपाळ्यावर बसून साक्षी कॉफी पीत बसली होती. इतक्या दोन कामगार आणि मॅनेजर आला; फॅक्टरी काहीतरी गडबड झाली होती, कामगार मॅनेजरचे ऐकत नव्हते,अडून बसले होते त्यांना धिरजी भाई सी बोलायचे होते. मॅनेजर म्हणाला साक्षी मॅडम इथे आहेत आपण त्यांच्याशी बोलू या, नाहीतर व्हिडिओ कॉल करूया, म्हणून ते आले होते. श्याम काका पण त्यांच्यासोबत आले. साक्षीने सगळ्यांचे ऐकून घेतले आणि फॅक्टरी पोहोचून त्यांचे प्रश्न समजून घेतले. तिने आपल्या परीने त्यांची उत्तरेही दिली. तेवढ्यात पाटील आणि प्रताप दादा आले त्यांनी फोन करून धिरजी भाई सांगितले. उद्या शुभम दादा येऊन सर्व पाहिले असे त्याने सांगितले सर्व चर्चा करून ठरवून मार्गी लागले. शुभम फॅक्टरी आला त्याने सर्व फॅक्टरी पाहिली, कामगारांचे प्रश्न विचारले, सर्व मशनरी तपासल्या, स्वतःबरोबर नवीन आणलेल्या मशनरी त्याने फीट केल्या. बरेच बदल केले, काही काही सामान मागवलेले आणले, सर्व ठिक ठाक करून व्यवस्था लावली. आणि बंगाली वर आला. संध्याकाळी पाटीलांनी दोघांना वाड्यावर जेवणात बोलावले; वहिनींची गडबड सुरू झाली. नवीन चार रुचकर पदार्थ बनवून घेतले, स्वतः तयार झाली, प्रताप आणि पाटील दिवाना तर बसून त्यांची वाट पाहत होते. अंजलीला वाटले तिला पाहायला कोणी पाहुणे येणार असतील, म्हणून एवढी तयारी वहिनीने केली आहे; पण मला का नाही सांगितले, मी छान तयार झाले असते. वहिनी चा राग आला तिला तिने वहिनींना विचारले तेवढ्यात बाहेर आलिशान गाडी उभी राहिली. ड्रायव्हरने दरवाजा उघडला; दरवाजातून शुभम उतरला त्याला पाहून साक्षीला वाटले मला पाहायला हा मुलगा आला आहे ती पटकन आत गेली आणि तयार होऊ लागली. साक्षीला तिने पाहिलेच नाही. दोघे आत आले त्यांनी पाटलांच्या पाया स्पर्श केला आणि दादाजी बोलत तिथेच बसले वहिनी मे जेवण मांडून टेबलावर

बोलावले. शुभमला पाहतात अंजली ची विकेट पडली होती. तोंड उघडेच राहीले होते. तिला तो खूप आवडला. ती जरा जास्तच तयार होऊन आली तिला खाली. आल्यावर साक्षी दिसली, तिथे तोंड वाकडे झाले, तिला वाटले या मुलाची ही सेक्रेटरी असेल. वहिनीने स्वतः त्यांना चहा पाणी आणून दिले. प्रताप दादा मी तेव्हा दोघांची ओळख करून दिली. साक्षीला पाहताच वहिनींचे हात कापत होते. चहा देताना साक्षीने त्यांचा हात हातात घेऊन म्हणाली; चला वहिनी मला आपला वाडा नाही दाखवणार का? आत येताच वहिनीने तिची माफी मागितली. तिला त्या दिवसाची आठवण होत होती म्हणून साक्षीने त्यांची समजूत काढली. त्यामुळे वहिनींना तसेच होते मग साक्षीने त्यांना मिठी मारली आणि त्यांची परत समजूत काढली वहिनी परत माफी मागत होती. वरून अंजली हे सारे पहात होतील तिला वाटले वहिनींचे डोके फिरले आहे काय? कोणाच्याही गळ्यात पडत असते. अंजलीला साक्षी पार्लर वालीच वाटत होती म्हणून ती पाय पत्कट, आपटत खाली आली तोपर्यंत साक्षी परत येऊन दिवाणखान्यात बसली होती. वहिनीने पाने वाढले आहेत म्हणतात टेबलवर शुभमच्या शेजारी बसली होती .अंजली खाली येता तिला शुभम च्या शेजारी बसलेली दिसली तिचा पारा चढला. साक्षीला पाहून तिचा गोंधळ उडाला या पाहुण्या सोबत काय करीत आहे, त्याच्या शेजारी बसून हि का जेवत आहे, दादा आणि आबा त्यांच्या पुढे पुढे काय करीत आहेत, आग्रहाने खाऊ घालत आहेत. तिचा मूडच गेला. शुभम फिल्म स्टार वाटत होता, राहणीमान आणि रूपच होतं, असं त्याचं तसे त्या दोघांनी जाताना मोठ्यांच्या पाया पडले. एखाद्या फिल्मस्टार प्रमाणे तो रहात होता दोघं आपल्या आलिशान गाडीने परत निघाले. गाडीत बसताना शुभमने साक्षीला हाताचा आधार देऊन बसू स्वतः जवळ बसून घेतले ते पाहून अंजलीचा जळफळाट झाला ती अधिकच तून क निघून गेली. सकाळी उठल्यावर तिने वहिनींना विचारले काय हे वहिनी कोणी पाहुणे पाहायला येणार होते तर मला आधी सांगायचे तरी; मिनिट तयार झाले असते की, आता त्याला मी आवडले नाही तर; त्याला जबाबदार तू. मला तो फारच आवडला आहे. वहिनी म्हणाली' अंजली आधी स्वतःला आवर, तो कोणीही तुला पाहायला आलेला पाहुणा

आला नव्हता त्या दोघांना आबांनी स्वतः जेवणाचे आग्रहाचे आमंत्रण दिले होते. साक्षी तू समजतेस तशी कोणी पार्लरवाली नव्हती. ही दोघं धिरजी भाईंची मुले होती. शुभम आणि साक्षी. अंजलीला वाटले आता मी त्यांना तोंड कसे दाखवू, स्वतःच्या तोंडाने मी माझे वाटोळे केले, त्यांच्यासमोर कसे जायचे, साक्षी ला काय वाटले असेल, तिला मी काय काय बोलले होते, शुभमला मी घालवणार, साक्षी माझ्या हाती त्याला लागू देणार नाही आता. असा विचार करत ती स्वतःला दोष देत बसली. वहिनी आपल्या भावासाठी, तिच्या माहेरच्या साठी साक्षीचे स्थळ हवं असणार; मला सर्व माहित असून अंधारात ठेवले त्यांनी, वहिनीवर चिडली. तसे वहिनी तिला सुनावले; अंजली जरा स्वतःच्या तोंडावर ताबा ठेवायला शिका, मनाला येईल ते बोलता, कोणाच्या मनाला काय वाटेल याचा कधी विचार करता का, माझ्या माहेरच्य विषय इथे बोलायचं नाही. मलाही कालच कळले की ती पोरगी; भाईंची मुलगी आहे. तुमच्या दादांनी ओळख करून दिली तेव्हा, मी पण कालच तिची माफी मागितली. मला माझ्या भावा साठी असे करण्याची गरज नाही, तेवढा तो वाया गेलेला नाही, सगळ्यांना मदत करतो, येता जाता नोकर माणसांचा अपमान करीत नाही, आपण सांभाळून घेतो, भान ठेवून वागतो, अंजलीला ते झोंबले म्हणजे; मी काय वाया गेलेली आहे काय तुझ्या म्हणण्या प्रमाणे. वहिनीला पण राग आला ती पटकन म्हणाली' ज्याचं त्याने पाहावं, आपण कसं वागतो ते, मग दुसऱ्याला दोष द्यावा' मोठ्या आवाजाने आबा आणि प्रताप खाली आले. म्हणाले आबा म्हणाले' काय झाले सुनबाई का इतका मोठा आवाज का येत होता'. वहिनी म्हणाली' काही नाही आबा अंजली व मोठ्या झाल्यात, आता लग्नाचं लवकरच पाहावे लागत म्हणते' बरोबर आहे तुमचं सुनबाई आम्ही पण त्याच विचारात आहोत एखादं चांगलं तर नजरेत येईल ना तेव्हा तुम्ही पण आपण माहेरा चौकशी करा. बाबांना आता काळजी वाटू लागली होती. जा तब्येतीने आता कुरकुर करायला सुरुवात केली होती डोळ्यादेखत निशांत आणि अंजली चे कार्य पार पडले म्हणजे; आपण डोळे मिटायला मोकळे. आताशा या विचारांनी त्यांच्या झोपेने ही पाठ फिरवली होती. मनात भाईंची मुले फिरत होती. त्यांच्यापुढे

विषय कसा काढायचा, त्यांनाही हे स्थळे पटली पाहिजेत. आपण नुसते मनात आणून काय उपयोग, दिवस दिवस आबांना काळजी वाटू लागली. धीरज भाई सुद्धा याच विचारात होते, रात्रभर तळमळत होते. शुभम चे वय झाले होते. आडून आडून त्यांनी; आम्हाला आताशा घरात करमत नाही, मांडीवर कुणीतरी खेळायला हव असे वाटते, तर जरा मनावर घ्या. श्याम काकांचे पण मत वेगळे नव्हते. एकुलत्या एक मुलीच्या डोक्यावर कधी एकदा अक्षता टाकतोय असं त्यांना झाले होते. म्हणून त्यांनी भाई ना स्थळ पाहण्यास विनंती केली होती. सगळीकडे लग्नाचे वारे वाहत होते. अजून योग काही येत नव्हता तो आपला हुलकावण्या देत होता पाटलांना श्यामली आवडत होती, साक्षी पण आवडली होती. जमलं तर साटंलोटं करूयात अशी त्यांची इच्छा होती. हे सगळं फक्त त्यांच्या पुरतं होतं. मुलांच्या मनात काय आहे हे कळत नव्हते. आजकाल मुलांच्या मनाविरुद्ध काही करायचे नाही; नवीन पिढी होती, त्यांच्या कलाने घ्यावे लागते. श्याम काकांनी पाटलांना पण श्यामली साठी स्थळ पाहायला सांगितले होते. वहिनीला आपल्या परदेशी असलेल्या भावासाठी साक्षी पहिल्या नजरेत आवडली होती. तर प्रताप राव आपल्या आपल्या मेहुण्याचा विचार आपल्या बहिणीसाठी करीत होते. बायकोजवळ विषय कसा ठेवायचा, याचा मेळ घालत होते. अंजलीच्या स्वभावामुळे बायकोला काही बोलण्याचा, विषय काढण्याचा धीर होत नव्हता. त्यातच आज दोघींचं वाजलं होतं; म्हणजे' गेलं मुसळ केरात'. निशांतच्या मनात साक्षी ठाण मांडून बसली होती. साक्षीच्या मनात आपली वहिनी आपली मैत्रीण श्यामली असे होते.

म्हणतात ना सटवाई आधी जोडिया लावते, त्या बनलेल्या असतात. स्वर्गांमध्ये त्याआधीच ठरलेल्या असतात. नियतीच्या मनात जे असेल तेच होणार. पाटील आणि प्रताप संध्याकाळी शेटजी ला भेटायला गेले. संध्याकाळी धिरजी भाईंना त्यांना असे अचानक आलेले पाहून; थोडं वेगळच वाटलं. चहा नाश्ता झाल्यावर; विषय कसा काढायचा याची जुळवाजुळव पाटील मनात करीत होते. त्यांच्या चेहऱ्यावरील कश्मकश पाहून शेटजीने विषय काढला; मुलांच्या लग्नाचा विचार डोक्यात चालाय काय, अंजली बिटिया साठी कोणते स्थळ आले आहे काय. असंच

काहीसं आमच्या मनात आहे, म्हणून तुमच्याजवळ विषय काढायला आलो होतो. तुमच्या शुभम ला आमच्या अंजली साठी मागणी घाला व म्हणत होतो. आपलं मत कळाले तर बरं होईल.' शुभमचा विचार काय आहे, आम्हाला माहीत नाही, त्याला विचारून तुम्हाला कळवतो, आत्ताची नवीन पिढी हाय ना बाप्पा' असं भाई म्हणाले. चला शेटजी जवळ काय विषय तर पोहोचला; म्हणून पाटील ना हायसे वाटले. शुभम आल्यावर बापुजी ने सर्वांसमोर विषय काढला, पाटलांचे विचार सांगितले. साक्षीने तोंड वाकडं केलं तिला श्यामली आवडली होती ना आपल्या भावासाठी. कोकीलाबेन ला पण अंजली फारशी पसंत नव्हती. झाला तर विषय संपला. घरातल्या बायांच्या पुढे कोण जाणार.

पाटील आल्या आल्या वहिनीने पाणी आणून दिले आणि तिथेच थांबली, तिच्या डोळ्यातले भाव पहात पाटील प्रतापरावांना म्हणाले सांगा आपल्या मंडळी सनी; मुलांना विचारून सांगतो म्हणाले शेटजी. वहिनी समजून गेली. थोडेसे जेवण करून बाबाजी आराम करायला खोलीत गेले. आपली सगळी जबाबदारी शुभम वर सोपवून बापूजी कोकिलाबेन ला वेळ देत होते, काही आवश्यक असले तरच ते ऑफिसला जात. शुभम ला बिजनेस वाढवायचा होता म्हणून तो सध्या लग्नाचा विचार कळत नव्हता करत नव्हता उद्या त्याला दिल्लीला जायचे होते मीटिंग होती; तिथे तो जुन्या मित्रांना भेटणार होता. शुभम दिल्ली ला पोहोचला आणि बापूजी ला फोन करून पोहोचल्याचे कळवले; सकाळी बापूजी जरा हळवे झाले होते, डोळ्यादेखत लग्नकार्य होऊन नातवंडे पाहिली म्हणजे आम्हाला देव देव करत बसायला. असं त्यांचं म्हणणं होतं कोकिलाबेन मध्ये येऊन त्यांना सावरत घेऊन वातावरण हलकं केलं नाही; तर शुभमचा पाय निघाला नसता, हल्ली बापूजी असंच चालले होते म्हणून तो थोडा उदास झाला होता. दिल्ली ते त्याचे मित्र त्याला भेटायला हॉटेलवर आले; कॉलेजातील किस्से रंगले खाणं पिणं झालं, त्यातल्या एकाने आपल्या बहिणीच्या लग्नाचे आमंत्रण शुभमला दिले. लग्नाला आल्याशिवाय दिल्ली सोडायची नाही अशी प्रेमळ धमकीही दिली. शुभम ने वेळ लागेल म्हणून फॅक्टरीची व्यवस्था फोन करून लावली आणि अर्जंट असल्यास बापूजी ना फोन करा, नाहीतर

बापूजींना सांगा. आपल्या बापूजींना फोन करून त्याने सारे समजावले; आठ दिवस लग्नात साठी दिल्ली मित्रान बरोबर थांबतो मनाला. बापूजींना बरेच वाटले तेवढे त्याला उसंत मिळेल, लग्नाचे मनावर घेईल. त्यामुळे तो थोडा वेळ रिलॅक्स होईल; त्यांनी त्याला इथली काळजी करू नकोस, मजा कर, निवांत ये असे सांगितले.

पाटील आणि भाई चांगले मित्र होते. गावाकडे लहानाचे मोठे झाले होते. गावावर दोघांचं सारखंच प्रेम होतं. म्हणून साक्षी आणि कोकिलाबेन सोबत गावाकडे चार दिवस राहायला आले. कोकिलाबेन साक्षीला घेऊन आपले शेती पाहायला गेल्या; नाश्ता करून निघालेल्या गावातील बायकांची बोलत, भेटत, विचारपूस करीत, कधी दुपार झाली ते त्यांना कळलच नाही. अजून काही जणांना भेटायचे होते; त्या आल्या की सगळ्यांची विचारपूस केल्याशिवाय परत जात नसत. साक्षी कंटाळली होती. साक्षी सामी ला भेटायला जाते म्हणून तिथून निघून आली सामी सोबत ती आपल्या बागेत रमली; रंगीबेरंगी सुवासिक फुलांनी तिच्यावर मोहिनी घातली होती, दोघीजणी बागेतल्या मोठ्या चौपाळा यावर बसून गप्पा मारीत होत्या. तेवढ्यात पाटील येताना दिसले, साक्षी आपल्या बापूजी जवळ बाहेरच्या गॅलरीत येऊन बसली. पाटील सोबत यांचा धाकटा मुलगा निशांत आला होता पाटील भाई सोबत गप्पा मारायला आणि बाकीचे बोलायला आले होते; भाईंच्या पाया पडून निशांत त्यांच्या बाजूला बसला ते एकदम अवघडत म्हणाले हा तुमचा छोटा हाय ना पाटील म्हणाले हो भाई आता शिक्षण पूर्ण करून गावाकडे आलाय सध्या आहे इकडे नोकरीचं जमलं तर जाईल त्या तिकडे नोकरीच्या. ठिकाणी.. साक्षीला पाहून तो गोंधळला कॉलेज ची मुलगी करोडपती आहे एवढेच माहीत होते; पण ती नेमकी आपल्या भाईंची मुलगी आहे हे आत्ताच कळले. तू फार खजील झाला; पाटील ला काहीतरी सांगून तिथून निघून गेला. साक्षीला त्याचे हे वागणे जरा विचित्र वाटले. तिला वाटत होते; मला याला स्वतः त्याच्या कडून सॉरी बोलावून घ्यायची संधी मिळेल, तो तर हाय बाय काहीच न करता निघून गेला, तिच्याशी बोलायला इतर मुले मरत होती आणि हा बघा दीडशहाणा पाठ फिरवून निघून गेला. तिला खूप राग आला. तिला

त्याला थोडे थोडे अजून सत्वा वायचे होते., चिडवायचे होते, त्याने ती संधी त्याने तिला दिली नव्हती. साक्षी ची मैत्रीण हे सारे पाहत होती; साक्षीची मस्करी करू लागली त्याच्या नावाने तिला चिडवायला लागली. साक्षी लटक्या रागाने तिथून निघून गेली. कोकिळाबेन आल्यावर साक्षीला त्यांना आपल्या मैत्रिणी विषयी सांगायचे होते पण आता मूड नव्हता. निशांत घरी येऊन वहिनीच्या पुढ्यात उभा राहिला; तिला वाटले याला काहीतरी खायला हवे असेल म्हणून ती म्हणाली' काय करू भाऊजी खायला' तो मध्येच तिला थांबवत म्हणाला' वहिनी तुम्ही असं का केलं' वहिनीला त्याच्या बोलण्याचा रोख कळेना तो असं काय म्हणतो आहे; मी काय केलं. भाऊजी नीट सांगा काय झाले आहे. तुमच्या कार्यक्रमा दिवशी तुमच्या मेकअप करायला आलेली मुलगी कोण आहे हे तुम्हाला माहित होतं ना? तरी तुम्ही अंजलीला तिच्याशी तसे वागू दिल्यात, तिला जेवणाचा आग्रह का केला नाही. तुम्ही. आता तिच्यासमोर कुठल्या तोंडाने जायचे, माझी तर पंचाईत झाली ना .वहिनींच्या लक्षात यायला वेळ लागला नाही की; निशांतच्या मनात साक्षीने घर केले आहे तो तिच्या त्या दिवशी सारखे मागेपुढे कधी होता त्यांना वाटले ते तेवढ्यापुरतंच राहिलं असेल ती परत म्हणाली' नाही भाऊजी आधी मला माहीत नव्हते, मी त्या श्यामलीला बोलावले होते तिला बरे नव्हते म्हणून तिच्या बदली साक्षी आली होती. तेव्हा कुठे बोलायला वेळ होता, त्यादिवशी आबांनी भाईंच्या मुलांना जेवायला बोलावणार असल्याचे सांगितले त्या दिवशी मला सारे कळले की; ती शेटजी ची मुलगी आहे मला तर मेल्याहून मेल्यासारखे झाले होते, माझ्या तोंडून शब्द फुटत नव्हते. मग तिने माझी समजूत काढली, मला धीर दिला, मी तिची त्यावेळी सारखी सारखी माफी मागितली, तिने पण मोठ्या मनाने मला माफ केले आणि म्हणाली गैरसमज झाला वहिनी मनावर नका घेऊ सोडून द्या. तरी अजून माझ्या मनावर त्यादिवशीचं ओझं आहे बघा, उद्या तिच्या आवडीचं काही करून घेऊन जाईन म्हणते तेवढच माझ्या मनाचं समाधान होईल. संध्याकाळी श्याम काका आणि भाई शेतीचे बोलत होते शामि अजून आली नव्हती, कोकिलाबेन कालच्या भेटीगाठी ने थकल्या होत्या त्या रूममध्ये आराम करीत

होत्या. साक्षीला एकटं वाटत होतं बसून बागेतल्या या फुलांना पहात होती. तेवढ्यात वहिनी आणि निशांत येताना दिसला; तिला वहिनींना पाहून आनंद झाला, निशांतला पाहून तिने नाक मुरडले. धावत येऊन वहिनींच्या गळ्यात पडली. वहिनी भाईंच्या पाया पडत म्हणाली लई दिवसांनी आलासा मामांजी आणि पुढे डबा ठेवला पाहून शेटजी म्हणाले तसं नाही सुनबाई आमचं गाव हाय, कवाबी यायचं आणि येणारच पण गावच्या लोकांनी आता आम्हाला परकं करायचं ठरवलं काय, जो तो भेटायला येताना काहीना काही आणतोय; कशाला इतका त्रास द्यायचा. साक्षी पण छान स्वयंपाक करते, स्वयंपाकी बाई पण आहे, कधीतरी लेकीच्या हातचे खायला मिळू द्या, लग्न झालं तर ते बी नाही मिळणा वहिनीला साक्षी आवडली होती तिला कोथिंबीर वडी भरवत त्या म्हणाल्या त्या दिवसासाठी साक्षी ताई खरंच स्वारी. साक्षी म्हणाली' जाऊद्या ना वहिनी, विसरा आता मी कधीच विसरून गेले, शेवटी आपण एकाच गावातले, छान झाली हो कोथिंबीर वडी, मला पण शिकव ना'. वहिनी म्हणाल्या' हो शिकवीन की; येता का आमच्या घरी वडी शिकायला'. निशांत ची नजर तिच्यावर होती हे तिला जाणवत होते; पण अजून बोलचाल सुरू झाली नव्हती. निशांत आणि वहिनी जायला निघाले त्या दोघांनी अजून थांबावे असे साक्षीला वाटत होते; पण असे का वाटत आहे हे तिला कळत नव्हते. निशांत चे असे चोरून चोरून पाहणे तिला आवडले होते. जाता जाता त्याने निरोपाचा हात हलवला, तिनेही तिच्या नकळत हात हलवून बाय केले. ती तशीच बराच वेळ उभी राहिली होती श्यामलीने तिच्या पाठीत धपाटा घातला आणि म्हणाली गेले बरं धाकले मालक; तिच्या त्या बोलण्याने साक्षी तिच्यामागे धावत गेली आणि दोघींची मस्करी सुरू झाली. रात्री निशांत कूस बदलत राहिला; तर साक्षी त्याच्या विचारात गुंग झाली होती. तिला त्या दिवशीचे त्याचे मागेमागे करणे आठवत होते.

आज कसेही करून तिला आपल्या मनातले भाव सांगावे; मग बघू तिचे उत्तर काही असो निदान आपल्या मनाची ओढघताण तरी थांबेल. असा विचार निशांत करीत होता. पाटील फेरफटका मारण्यास गावात गेले होते. निशांत त्यांच्यासोबत गेला नाही त्यांच्याबरोबर जाण्याचे

त्याने टाळले. वहिनी ला सोबत घेऊन साक्षी कडे त्याला जायचे होते. त्यासाठी तो वहिनींना मस्का मारणार होता. आपल्या मैत्रिणींचा विचार घ्यावा म्हणून साक्षी तिच्याकडे निघाली होती. दोघी विचार करून आपसात बोलून; मग ती निर्णय घेणार होती. वाटेत तिला पाटील दिसले तिने त्यांना नमस्कार केला, त्यांनी तिला काहीच उत्तर दिले नाही. तिला वेगळेच वाटले; पाटील छातीवर हात धरुन उभे राहण्याचा प्रयत्न करीत होते, साक्षीने लगेच त्यांना आधार दिला. तिने प्रथम बापूजी ना फोन केला, त्यांनी प्रताप ला फोन केला आणि अंबुलन्स ला फोन केला तो पर्यंत बरीच माणसे आसपास जमली. पाटलांना अंबुलन्स मधून जवळच्या दवाखान्यात नेले. त्या डॉक्टरने प्रथम उपचार करून शहरातल्या दवाखान्यात न्यायला ताबडतोब सांगितले तशीच अंबुलन्स शहरातला दवाखान्यात आली दादा आणि भाईजी गेले त्यांच्यासोबत होते . साक्षी आणि श्याम काका, निशांत दुसऱ्या गाडीने येत होते. आपल्या वडिलांना असे कधी पाहिले नव्हते; साक्षी त्याला धीर देत होती. दुःखाने एकमेकांना जवळ आणले होते. शहरातल्या दवाखान्यात दोन दिवसांनी उपचार करून सोडण्यात आले. पाटलांना माइल अटॅक आला होता. काळजी घेण्याची सूचना होती. पाटलांच्या आजाराने भाई पण घाबरले होते; जाऊन सारखे सारखे डॉक्टरांना विचारत होते. त्यावेळी साक्षीने त्यांना समजावले. या घटनेने सगळ्याच बापांना आपल्या मुलांच्या लग्नाची घाई झाली. सगळे जोमाने त्या तयारीस लागले. वहिनींचा भाऊ अमेरिकेहून आला होता. वहिनींना निशांतच्या मनात कोण आहे हे समजले होते. म्हणून तिने प्रताप राव जवळ अंजली चा विषय काढला, त्यांच्या मनात शुभम घोळत होता; त्यांनी काहीच उत्तर दिले नाही. भाऊजींचे अजून उत्तर आलेच नव्हते, भाई जिंके उत्तर अजून आले नव्हते, आठवड्याने पुन्हा तेच चक्र सुरू झाले. गावातल्या इतर मुलींची लग्ने पटापट ठरत होती. तशी श्याम काका आणि पाटलांची काळजी वाढत गेली. पाटलांनी निशांतला श्याम काकांच्या मुली विषयी विचारले त्याने नकार दिला; त्याला दुसरी मुलगी पसंत आहे म्हणाला, पण तिला अजुन मी विचारले नाही. आधी त्याला तिला विचारायचे होते आणि मग वडिलांना सांगायचे होते. साक्षीला पण हाच प्रश्न सतावीत

होता. तिला आधी आपल्या भावाला शुभमला सांगायचे होते. आणि मग बापूजींना सांगायचे होते, लहानपणापासून ती सगळ्यात चांगल्या वाईट गोष्टी भावाला सांगायची, त्या सगळ्यासाठी तिला मोठा भाई लागायचा. आता पण ती त्याची वाट पाहत होती. शुभम दिल्लीमध्ये मित्रांमध्ये रमला होता. तोही थोडा रिलॅक्स झाला. लग्नासाठी त्याला कपडे खरेदी करावे लागणार होते. म्हणून मग त्याने जवळच्या मॉल मध्ये जाऊन काही घ्यावे की ऑनलाईन मागवावे हे ठरत नव्हते. त्याचे कपड्यांची शॉपिंग नेहमी साक्षी करायची म्हणून त्याने तिला फोन लावला. बहीण भाऊ बोलत असताना कोकिळाबेन आली तिला पण त्याच्याशी बोलायचे होते. पंजाबी लोक, त्यांच्या चालीरीती प्रमाणे लग्न होते. लग्न गुरुद्वारात होते त्यांचे कार्यक्रम सुरू झालेले. लग्नाचा माहोल, मुलामुलींची मस्करी हे सारं शुभमला आवडत होते. त्यांच्यातील एक मुलगी सारखी त्याच्या कडे काही काही निमिताने येत होती सर्व मित्रांनी त्याला तिच्यावरून चिडवायला सुरुवात केली. मुलगी दिसायला सुंदर पण ती दुसऱ्या जातीची होती. शुभम ति त्यालाही पाहताक्षणी आवडली होती. वातावरणाचा परिणाम. मित्रांचे चिडवणे. त्यांचे टोमणे आणि शेवटी दिलेले चालेंज. मित्रांनी स्वतः पुढाकार घ्यायचं ठरवले, शुभम लाजराबुजरा होता, तो कधीच विचारणार नव्हता म्हणून मित्रांनी आपण सारे जुळवून आणाव्य असे ठरवले. त्या मुलीच्या घरी शुभम स्थळ त्यांनी शगुन बरोबर पाठवले. तिचे आई-वडील आधुनिक विचारांचे होते. त्यांना त्याच्यात काहीच आपत्ती वाटत नव्हती. फक्त सगळे रीतीनुसार व्हावे; आमची एकुलती एक मुलगी आहे. तिच्या मर्जीने व्हायला पाहिजे असे त्यांचे मत होते. शुभम च्या मित्रांनी त्याचे स्थळ तिच्या घरी आणले होते; त्यांनीच तर मंजूर केले. शुभम आपल्या घरी कसे सांगावे हा विचार करीत होता. मित्राने तोही प्रश्न सोडवला त्यांनी त्याच्या बापूजी ला फोन लावला आणि परिवारा सकट मी बोलावून घेतले तातडीने यायला सांगितले. त्यांना वाटले शुभमला काहीतरी झाले असेल त्यासाठी मित्रांनी फोन केला सगळे मी घाईने निघून आले पाटलांना आणि शाम काकांना फक्त आम्ही दिल्लीला जात असल्याचा निरोप दिला. आल्यावर सविस्तर सांगतो म्हणाले.

कोकिळाबेन चे चित्त थाऱ्यावर नव्हते .कधी आपल्या लेकाला बघते असे झाले होते. तीन तासात ते शुभम राहत असलेल्या हॉटेलात होते. शुभम आणि त्याचे मित्र खरेदी करण्यात गेले होते .आल्यावर प्रथम शुभमने साक्षीला सारे बाजूला घेऊन सांगितले मग तिने कोकिलाबेन आणि बापूजींना सरप्राईज आहे आपल्याला एके ठिकाणी ताबडतोब जायचे आहे; चांगले कपडे घालून तयार रहा आणि शगुन तयार करायला सांगितल. गाडी सांगते सारे सांगते असे म्हणून त्यांना गाडीत बसवली गाडी थेट शुभमच्या सासुरवाडी येऊन थांबली. कोकीलाबेन हे काय चालले आहे या विचारातून अजून बाहेर आल्या नव्हत्या. शुभम तर ठीक आहे उलट खरेदी करतोय मग त्याच्या मित्रांनी फोन करून आम्हाला असे का बोलावले. तोपर्यंत कार साची च्या दारात थांबली आतून जगाजी आणि त्यांची पत्नी स्वागत आज बाहेर आले. डायरेक्ट बाबूजींच्या गळाभेट घेऊ लागल. बापू जी हैरान, कोकिलाबेन परेशान, तर साक्षी हसायला लागली तिने आपल्या वडिलांना सांगितले' बापूजी तुम्ही उभे आहात शुभम च्या होणाऱ्या ससुराल मध्ये, शुभम ला यांची मुलगी फार आवडली आहे, तुमच्या भीतीमुळे तो तसाच घरी येणार होता, त्याच्या मनाची व्यथा जाणून त्याच्या मित्रांनी त्याचे लग्न ठरवून लावून देण्याचे त्याच्याशी चालेंज लागले आहे. तर तुम्ही पण दोघांनी त्यांना आशीर्वाद देऊन टाका आणि लग्नाला मंजुरी द्या. शुभम च्या बापूजी ला आधी त्याच्या लग्नाची घाई झाली होती, त्याला आता घोड्यावर बसलेले पाहत त्यांना आनंद झाला, अपेक्षित मिळण्याचा गोड आनंद झाला. सर्वजण तयारीला लागले सर्व खरेदी झाली. मुलीचे दागिने आणि कपडे कोकिलाबेन मे घेतले. आपल्या लेकीच्या लग्नात कोणतीच कमी ठेवली नाही सिंग परिवाराने; आपल्या मुलीला त्यांनी भरभरून दिले. कोकीलाबेन ला एक सुंदर सून मिळाली, तिला खूप आनंद झाला. दोन दिवसात लग्न उरकून; नवी नवरी नवऱ्याच्या घरी गृह प्रवेश करीत गृहलक्ष्मी झाली. साक्षीला नवी मैत्रीण मिळाली, तिची वहिनी घरात आली होती. तिला खूप आनंद वाटत होता ती हवेत होती तिला सगळ्यांना सांगायचे होते. बापुजीनी जोरदार रिसेप्शन ठेवले आणि लग्न अनपेक्षित कसे झाले त्याचे धमाल किस्से रंगवून रंगवून

लोकांना सांगितले.

शुभम चे लग्न झाल्यामुळे साक्षी चा मार्ग मोकळा झाला. प्रतापरावांना आपल्या बायकोची मनधरणी करावी लागणार होती. अंजलीचे मन उदास झाले, तिला शुभम आवडला होता. आज वाड्यावर वहिनीचा भाऊ आणि परिवार अंजलीला पाहायला येणार होते. म्हणून वहिनीचा चेहरा खुलला होता. ही दोन्ही घरची कारभारीन होती. भाऊ तिच्या शब्दाबाहेर नव्हता नवरा पण मुठीत होता; त्यामुळे पसंतीचा प्रश्नच नव्हता फक्त औपचारिकता करून बोलली करायची होती. वाड्यावर अंजली साठे पाहुणे आले आहेत कळल्यावर श्याम काकाला आपल्या मुलीची काळजी पडली. सगळ्यांच्या मुली नवऱ्या घरी नांदत होत्या. आता प्रथम जे येईल त्याला होकार देऊन लग्न ठरवायचे असे त्याने मनात पक्के केले. साक्षी चे लग्न होईल, सहज होईल पण माझ्या मुलीचे काय तिच्या लग्नाला उशीर नको व्हायला. असे त्याने परत फोन करून विनंती केली. तेव्हा शुभम ने आपल्या नवीनच कामावर रुजू झालेल्या मॅनेजरचे स्थळ सुचवले. साक्षी आणि त्याची बायको साची घेऊन तो गावात आला. आज श्याम काकांच्या मुलीला दाखवायचा कार्यक्रम साक्षीच्या बालपणीच्या मैत्रिणीचा दाखवण्याचा कार्यक्रम होता सर्व तयारी साक्षी करणार होती. शुभम चा मॅनेजर शुभम च्या शब्दाबाहेर नव्हता इथे ही फक्त औपचारिकता पार पाडायची होती जास्त काही न बोलता सर्व कार्यक्रम पार पडला. आता फक्त मुहूर्त काढायचा होता. दोन दिवस त्याने आपल्या बायकोला गाव दाखवला; त्यासाठी तो तिला घेऊन शेतावर गेला. निशांतला साक्षी गावात आल्याचं कळालं होतं. तिला भेटायचं कारण काय द्यायचं या विचारात तो होता. त्याने वहिनींना मस्का मारला. वहिनी मी थोडं गोडाचं करून बंगल्यावर डबा घेऊन आली होती. साक्षीला आपल्या भावासोबत अंजली चे लग्न ठरल्याची बातमी द्यायला आले असं म्हणाली. खरं तर पाटलांनी त्यादिवशी भाईंना फोन करून ही बातमी दिली होती. कामाचे निमित काढून वहिनी वाड्यावर परतल्या. निशांत आणि साक्षी बंगल्यावर राहिले होते; सुरुवात कोणी कशी करायची, तिकडच्या गप्पा सुरू झाल्या निशांत ने सगळी त्याची झालेली फजिती आणि गैरसमज साक्षीला

सांगितले. दोघे पोट धरून हसू लागले. गप्पांमध्ये त्याने तिच्यावर पाहताक्षणी मन बसल्याचे पण सांगितले. मी तुला हे सांगणारच होतो त्यादिवशी आबांना दवाखान्यात न्यावे लागले. आणि ते राहूनच गेले, मोकळा वेळ मिळाला नाही, आता पण वहिनींना कसा मस्का मारून आणले तेही सांगितले. साक्षीला पण त्याला आपल्या प्रेमाची कबुली द्यायची होती. दोन प्रेमी; एकमेकांना समोर आपले प्रेम व्यक्त करण्यास सफल झाले होते. लढाई मोठी होती. पुढे लढाई लढायची होती आबांना त्रास होईल असे काही करायचे नव्हते. मग विषय कोणापाशी काढायचा, हा प्रश्न निशांतला पडला. वहिनींना सांगून दादाला पटवावे असे मत दोघांचे झाले.

कारखान्याची, फॅक्टरीची आणि शेतीची कामे, त्यांचे हिशोब, सगळा मॅनेजमेंट यासाठी नवीन आलेल्या मॅनेजर अनिल आपल्या आईला घेऊन साक्षीला भेटायला आला होता. त्याला लग्नाचा मुहूर्त आणि खरेदी विषयी साक्षीला काही सांगायचे होते. साक्षीला त्याच्या आईला काहीतरी सांगायचे होते. दोघांनी एकमेकांना निरोप दिला होता; त्याप्रमाणे आज ते भेटत होते. आल्यावर थोडे खाणे पिणे झाले. साक्षीने त्यांचे स्वागत चांगले केले, त्याच्या आईला तिने आदराने वागवले. ती म्हणाली तुम्हाला लग्नामध्ये जे करायचे आहे ते तुम्ही करा पण माझ्या एकुलत्या एक मैत्रिणीचे लग्न साधेपणाने होणार नाही तिचे लग्न माझ्या सोबत माझ्या मांडवात होणार तिची सारी खरेदी मी करणार आहे तिच्या लग्नाचा जोडा मी घेणार आहे सर्व खर्च बापूजी करणार आहेत तुम्ही जास्त काही खर्च करू नका आणि काळजीही करू नका तुम्हाला अजून काही करायचे असेल तर लग्ना नंतर करा माझ्या मैत्रिणींना सुकट ठेवा एवढीच माझी विनंती आहे. मॅनेजरच्या आईच्या हातात एक सुंदर साडी ठेवत तिने त्यांना ही विनंती केली होती. त्याच्या आईला खूप आनंद झाला, तिला वाटले माणसे चांगली भेटली, दोघेही मनाने समाधानी होऊन घरी गेले. गावाकडची सर्व व्यवस्था पाहून उद्या साक्षी परत घरात शहर आपल्या घरी जाणार होती. त्याआधी प्रथम दादाचे म्हणणे ऐकायचे होते. डायरेक्ट वहिनी ला जाऊन काही आढेवेढे न घेता सर्व सांगितले. निशांतच्या मनात काय आहे हे वहिनींना आधीच

माहीत होते पण साक्षी ही निशांत वर जीव लावून बसली आहे हे माहीत नव्हते. तिला त्याचे आश्चर्य वाटले. हे सूट कसे, कुठे जुळले हे जाणून घ्यायची इच्छाही झाली पण तिने मनाला आवर घातली. इतकी छान जाऊबाई भेटणार असेल तर तिला आनंद होईल. तिला या सगळ्याचा जास्त आनंद झाला. घरात सासऱ्या पाशी आणि नवऱ्याशी बोलायची जवाबदारी वनीं वर पडली, तिनेही ती आनंदाने घेतली.

साक्षी आनंदाने आपल्या घरी आली. दोन दिवसात प्रताप दादा शुभम ला भेटायला आले. दोघांनी संध्याकाळी बापूजींच्या कानावर सारे घातले. अजून साक्षीने काही सांगितले नव्हते तिला विचारून सारे पाहूया, हरकत नसेल तर बाकी सारे ठरवू असे बापूजी म्हणाले. माझी लेक माझ्या मित्राच्या घरी नांदणार असेल तर मला आनंद होईल. असे पण गावातली फॅक्टरी घर फॅक्टरी कारखाना शेती साक्षी च्या नावावर आहे. दोघं मिळून सांभाळतील. दुसऱ्या ठिकाणी दिली तर तिथल्या इस्टेटीची थोडी आभाळ होईल. असे झाले तर बरेच आहे असे बापूजी ना वाटले. कोकिळाबेन मी तिला विचारले तिने आपली पसंती दर्शवली. आता फक्त पाटलांच्या कानावर बातमी टाकायची होती; त्यासाठी भाई मी स्वतः पुढाकार घेतला होता. अंजलीचे काही जमले नव्हते तर निशांत बरोबर साक्षीत लग्न जुळवून ते आपली दोस्ती रिश्तेदारी बदलून आपल्या मित्राला आनंदाचा धक्का देणार होते. त्यासाठी कोकिळाबेन सोबत शगुन घेऊन ते वाड्यावर पोहोचले. पाटील आराम करीत होते, त्यांना खाली भाई आल्याचे सांगितले; त्यांना एकदम आनंद झाला आणि आश्चर्य वाटले. थोड्या गप्पा झाल्या नंतर शेठ जी मी एकदम बाबांना सवाल केला ते म्हणाले 'पाटील साहेब आमच्या लेकीला वाड्यात सून म्हणून आणेल काय एकदम विचारत आहे असं त्यांना वाटले, त्यांनी हा विचार मनात सुद्धा केला नव्हता. त्यांना साक्षी प्रथमच आवडली होती पण ते मोठे लोक होते म्हणून ते गप्प बसलेले अगोदर विषय काढला असता त्यांचे उत्तर आले नव्हते म्हणून पाटील शांत होते, पण आता त्यांनी समोरून विचारले होते त्यांच्या मुलीला सून करून घेणार का त्यांनी लागलीच तोंड गोड करीत भाईंना गळाभेट घेतली आणि आपली पसंती दर्शवली लग्न ठरल्या जमा झाले. साक्षी त्यांना

लहानपणापासून आवडत होती अंजली पेक्षा हि ती त्यांना प्रिय होती ती कायमची आपल्या घरी आली तर त्यांना जास्तच आनंद होणार होता त्यानेही लगेच साक्षीला शगुन देऊन त्यांनी लग्न पक्के केले.

सगळ्या घरात लगीनघाई सुरू झाली भाईंनी कमान आपल्या हातात घेतली सर्व लग्ने एकाच हॉलमध्ये आणि एकाच दिवशी एकाच मुहूर्तावर करायचे असे ठरवले आता जे काय घ्यायचे ते अंजली साक्षी आणि शामली साठी सारखेच घ्यायचे खरेदी सुरू झाली दिवस पटापट जात होते पण खरेदी संपत नव्हती लग्नाचा दिवस जवळ जवळ येत होता तसा सगळ्या बापाचा जीव जड होत होता त्यांचा जीव तुटत होता. एका डोळ्यात अश्रू दुसऱ्या डोळ्यात आनंद होता. निशांत अनिल आणि विनय यांचे कपडेही सारखेच होते. पाटील व आणि आपला आजार विसरून धावत होते तर भाईंना शंभर हात असावे असे वाटत होते. श्याम काका पहिल्यांदा पोरीला दुसऱ्या जातीत द्यायला कुरकुरत होते. भाई मी आणि आबा पाटीलांनी त्याला सांगितले की डोळ्यासमोर राहील आणि आता काय राहिले आहे जात पार्टीचे गावात तुला कोणी काही बोलणार; याची फिकीर करू नको. पाटील हाय तुझ्या पाठीशी निसंशय लग्नाला पोरीला उभी कर. तेव्हापासून श्याम काकांना जावयासाठी काय करू आणि काय नको असे झाले. श्यामली साठी शेवंता ने लहानपणापासून दागिने घडवून ठेवले होते. थोडे कर्ज काढून जावयाला टू व्हीलर द्यायचे मनात होते, जमल्यास रोख रक्कम जावयाचा मान म्हणून हातात ठेवायचे त्यांच्या मनात होते. तसे त्यांनी शुभमला बऱ्यापैकी टुविलर पाहून बुक करायला सांगितली. आता अजून पैसा पाणी कोणासाठी जमा करायचा, आहे ते त्यांचंच आहे त्यांना द्यायचं, दुसऱ्या जातीचा असला म्हणून काय झाले असा जावई शोधून सापडणार नाही. शुभम दादांचे लई उपकार झाले आमच्यावर; त्यांनी आम्हाला चांगला मुलगा दाखवला. श्यामलीला स्वतःचे विचार नव्हते, तिचे स्वतःचे असे काही मत नव्हते, अंजलीला यातले काही माहीत नव्हते; म्हणून दोघेही साक्षी म्हणेल तसे करण्यास तयार झाल्या. साक्षीने प्रत्येक प्रोग्रामचे कार्यक्रम ठेवले होते, तिने वेडिंग प्लॅनर ला सर्व समजावून सांगितले. लग्नांच्या विधीमध्ये कसे आणि काय पाहिजे ते सांगत होती त्यानेही ते व्यवस्थित

ऑर्गनाईज केले. कलर थीम कशी असेल, कोणी काय कलरचे कपडे घालायचे, कसे घालायचे, कार्यक्रमांचे सेट, लाईट आणि इतर. सगळ्यात थीम प्रमाणे सगळ्यांचे कपडे ज्वेलरी आली त्याप्रमाणे सगळ्यांना तिने तयार व्हायला सांगितले. सगळे कसे स्वप्नात असल्याप्रमाणे ग्रँड आणि एकदम झकास सुंदर दिसत होते. सगळे अगदी खुशीने भारावून गेले. अंजली तर साक्षी वर जाम फिदा झाली; तिच्यामुळे तिचे लग्न असे होत होते, तिने अशा लग्नाचा स्वप्नातही कधी विचार केला नव्हता. शामली हवेत होती तिचे लग्न कसे होईल हा विचार ती करू शकत नव्हती. अनिल टी आई तर अवाक झाली होती; बिचारी शेठजी आणि कोकिलाबेन चे पाय धरत होती. वहिनी तर दोन्ही घरची सर्वेसर्वा झालेली; तिचा भाव काही औरच होता. सगळ्यांमध्ये मिरवत होती, तरीसुद्धा ती माहेरच्या मंडळी रमलेली, त्यांच्याच बरोबर फोटो काढत होती, त्यांच्यातच बिझी होती. अख्खा मीडिया तिथे जमला होता, लग्न कव्हर करायला लोटला होता. शेवटी एका करोडपती च्या मुलीचे लग्न होते. मीडियासाठी खास व्यवस्था केली होती त्यामुळे ते अधिक खूश होते; त्यांची आपसातच चढाओढ सुरू झाली. खाण्यासाठी देशी-विदेशी पदार्थांची रेलचेल होती. लग्नात विदेशी पाहुणे आलेले होते. लग्नाचे आमंत्रण फिल्मस्टार ना देखील होते; त्यामुळे फोटो आणि मसाला एकाच ठिकाणी मिळणार म्हणून प्रत्येक सेलिब्रिटीच्या आगमना सोबत पत्रकारांची, कॅमेरामॅन यांची झुंबड उडत होती. आणि एकच गोंधळ उडत होता.

मंडपात एकाच रंगाच्या शेरवानी चेहऱ्यावर शहरे लावून नवरे आले होते. त्यांना कव्हर करायला मीडिया धावला. पंडित विधी करीत होते, त्यांनी वऱ्या मुलींना बोलावण्याची आज्ञा केली. मुलीला लवकर घेऊन या मुहूर्त चुकायला नको. परत एकच कल्ला सुरू झाला. कॅमेरा सरसावले त्यात येताना नेमकी अंजली ची केसांची क्लिप निसटली. आणि तिची हेअर स्टाईल बिघडली ते पाहून तिची हेअर ड्रेसर तिच्याकडे धावली. वहिनींची घाई सुरू झाली, मंडपातून सारखे सांगावे येऊ लागले, वेगळाच गोंधळ सुरू झाला, पंडित ओरडू लागले., बापूजी आणि कोकिळाबेन साक्षी ला न्यायला आले. अंजलीची क्लीप कशीबशी लावून त्या तिघी

जणी मंडपात आल्या.. सगळ्यांची गडबड उडाली; अखखा मीडिया सर्व चित्रे घेण्यासाठी, पत्रकार बाईट घेण्यासाठी, फोटोग्राफर अल्बम साठी, व्हिडिओ ग्राफर व्हिडिओ शूटिंग साठी, एकाच ठिकाणी एकदम धावले. कोकिलाबेन आणि वहिनीने तिचा हात धरून नवऱ्या शेजारी उभे केले. मंडपात प्रखर लाईट होता. नवरा नवरी वर स्पॉट लाईट होता त्यांना कव्हर करण्यासाठी सगळ्यांची झुंबड उडालेली आपल्या सामानासकट त्यांनी घेतलेली धाव त्यामुळे त्यांच्या वायरिंग चा एकच गुंता झाला आणि सगळे धडपडले. त्यामध्ये एकच गोंधळ माजून कोणती नवरी कोणत्या नवऱ्या जवळ उभी आहे हे कोणाला कळाले नाही. त्या गोंधळात त्यांनी वर मला घातल्या. नवऱ्या मुली घुंगट मध्ये आणि नवरे मुलगे मोतीच्या माळे मुळे चेहरा झाकून होते; कोणीही कोणाला ओळखत नव्हते. सगळ्यांचे कपडे सारखेच होते. वहिनी मे आणि कोकिलाबेन ने मुलीला एकेका नवऱ्या मुलाला जवळ बसवले. पत्रकारांचा आवाज इतका झाला की काहीच ऐकू येईना. त्यामुळे भटजीबुवा घाई करीत होत. मध्येच वहिनींना मंगळसूत्र कुठल्या बॉक्स मध्ये ठेवले ते सापडेना म्हणून कोकिळाबेन शोधू लागल्या. फेरे संपत आले भटजीबुवा परत पुढच्या विधीसाठी बोलावू लागले. कोण कोणाबरोबर फेरे घेते हे कोणाला माहीत नव्हते. त्यांना वाटले मोठ्या माणसांना सगळे माहित आहे त्यांनीच आणून येथे बसवले आहे. आपसात बोलायला भटजीबुवा आणि वेळ दिला नाही; मुहूर्त त्यामुळे ते घाई करीत होते. एकदाचे मंगळसूत्र सापडले. साक्षीला मध्ये थोडा संशय आला होता पण तीही मनातच विचार करीत राहिली. मंगळसूत्र घालून, सिंदूरदान झाले सर्व विधी होईपर्यंत खूप उशीर झाला. सगळे फार थकून गेले होते. चार दिवसापासून कार्यक्रम चालू होते, शिवाय मनावर आलेले ओझे एकदम हलके झाले, मनावरचा ताण एकदम उतरला, त्यामुळे शरीर कुरकुरायला लागले होते, मनाने आणि शरीराने सारे थकले होते. एकदाची लग्न पार पडली होती. इतक्या दिवसाचा कां गेला आणि थकवा जाणवू लागला. कधी एकदा रूम मध्ये जाऊन पायता तो असे सगळ्यांना झाले होते. त्यामुळे सगळे पटापट निघून गेले. सगळ्यांची सोय हॉटेलात केलेली होती अजून चार दिवस हॉटेल बुक होते त्यामुळे

कोणाला कसलीच घाई नव्हती आपापल्या रूम मध्ये येऊन आराम करू लागले. वहिनी गी आणि तिच्या मैत्रिणींनी बरती बुक असलेल्या लक्झरी रूम मध्ये नवरी मुलींना आपल्या आपल्या रूम मध्ये आणून बसवले. सगळ्याजणी आपल्या झालेल्या नवऱ्याची वाट पहात होत्या. मीडिया पण निघून गेलेला त्यामुळे सारे शांत झाले मुलींच्या रूम मध्ये लाईट होता रूम छान सजवलेल्या होत्या साक्षीचे घुंगट उचलत नवरा मुलगा काहीतरी म्हणाला; साक्षी घाबरुन उभी राहिली. कारण आवाज निशांत चा नव्हता. तिने पटकन आपला घुंगट वर घेतला त्या मुलाने घाबरून आपला चेहरा दाखवला, वहिनीचा भाऊ विनय होता. पाहता क्षणी साक्षी म्हणाली माझे लग्न तुझ्याशी झाले काय? नाही ना ?असे नाही होणार? 'अरे बापरे' असे म्हणत दोघे दचकले. आता काय करायचे; जर आपले लग्न झाले असेल तर, हे चुकीचे झालेले लग्न मोडावे लागेल. माझं निशांत वरच प्रेम आहे आणि मला लग्न ही त्याच्याशीच करायचे होते. कुठून मला एकाच रंगाची गंमत करायची बुद्धी सुचली कोण जाणे, सगळा घोळ माझ्यामुळे झाला आहे. मी मूर्खच आहे. साक्षी स्वतःला दोष देत बसली तिला खूप मोठा धक्का बसला होता. प्रत्येक रूममध्ये हा गोंधळ उडाला होता. श्यामली निशांतच्या रूम मध्ये होती, अंजली अनिल चा रूम मध्ये होती, सगळे एकदम टेन्शनमध्ये आले, त्यांना चुकीचा जोडीदार मिळाला होता. त्यामुळे त्यांना फरक पडत होता. पहाटे चार वाजता बापुजी च्या आणि वहिनींच्या श्याम काकांच्या दारावर थापा पडल्या होत्या. लग्न झालेले सगळे एकदमच रूमच्या बाहेर पडून त्यांच्या दारावर थापा मारीत होते. सगळे घाबरून बाहेर आले; साक्षी बापूजी च्या गळ्यात पडली आणि रडत सर्व सांगत होती,' ती म्हणाली हे लग्न चुकीचे असेल तर प्रथम मी घटस्पोट घेऊन पुन्हा लग्न करणार. तुम्ही आत्ताच वकीलाला बोलून घ्या' त्यांनी बापानी डोक्यावर हात मारून घेतला. सकाळी पुन्हा तेच सुरू झाले नि शांत शांत झोपला होता. श्याम लीला साक्षीचे आणि निशांत के एकमेकावर प्रेम आहे हे माहीत होते. त्यांनी आपण सकाळी ठरवू काय करायचे ते; आता जरा आराम करू म्हणून निशांत सोफ्यावर झोपला. बेडवर झोपली. सकाळी उठून ते दोघे तयार होऊन आपल्या वडिलांच्या रूम मध्ये

गेले. तिने सगळे आपल्या वडिलांना श्याम काकांना सांगितले. नाश्ता करण्यासाठी सगळे एकत्र जमले असता सर्व आपसात एकाच विषयावर बोलत होते. श्यामली च्या रूम मध्ये निशांत होता. तू आरामात उठून आला, त्याला असे उठून आलेले पाहताच. साक्षीला खूप भीती वाटली, तिला निशांतला गमवायचे नव्हते, पुन्हा स्वतःला दोष देऊ लागली, आत मध्ये खूप दुःखी झाली काय करावे तिला कळेना तिच्या चेहऱ्यावरचे भाव निशांत हात होता त्याला अजून थोडी तिची गंमत करायची होती सगळे घटस्पोट घेऊ म्हणत होते; पण निशांत म्हणाला' मला घटस्फोट घ्यायचा नाही, मला माझी झालेली बायको आवडते, मला तिच्याच बरोबर आयुष्य काढायचे आहे ,तुमचं तुम्ही बघा, असे पण आमच्या खानदानी घटस्पोट कोणी घेतला नाही, तर मी कसा घेईल, मी माझे लग्न तोडणार नाही, ते मी आयुष्यभर निभावणार आणि आनंदाने संसार करणार. साक्षी आता रडकुंडीला आली आपली थीम आणि एका रंगाची कल्पना आपलाच अंगलट आली असे तिला वाटले. तिने लग्नाचे व्हिडिओ रेकॉर्डिंग मागवले वनमाळी च्या वेळी आपला मध्ये वधू एकदा बदलल्याची दिसत होती. एक हात ओळखीचा वाटत होता. साक्षीच्या हातावर मनगटाजवळ टॅटू होता. तो टॅटू पाहूनच निशांतने वधू बदल केला होता. प्रथम त्याच्या शेजारी अंजली बसली होती. तिच्या बाजूला शामली बसली होती. निशांतला माहित होते; आपले लग्न फक्त साक्षी आणि साक्षीशी झाले आहे, म्हणून तो निवांत होता आणि निर्धास्त होता. साक्षीला त्रास देण्यासाठी थोडी गंमत करण्यासाठी, तो साक्षी सोबत असा वागत होता बाकीच्या वधु कदाचित मधली झाल्या असतील असंही तो म्हणाला तसं; अंजली ताबडतोब विनय कडे सरकली, ते पाहून सगळेच हसायला लागले .दुसऱ्या दिवशी भटजीबुवा आले ते म्हणाले' वर बरोबर जागेवरच बसले होते पण वधू चुकीच्या जागी बसल्या होत्या निशांतने वेळीच बदल केला त्या पत्रकारांच्या गोंधळाच्या वेळी त्याने साक्षीला आपल्या बाजूला बसवले. गोंधळा वेळी त्याने सावधगिरी बाळगली आणि सारे सुरळीत झाले. सगळ्या बापांच्या तोंडावर सुटकेचा भाव होता. सगळ्या बाप आमचा जीव भांड्यात पडला. नाहीतर आता वकिलांच्या फेऱ्या, कोर्टाच्या वाऱ्या

नंतर परत लग्न.' नको रे बाबा 'आता असा विचारच करवत नाही. सगळ्यांनी आभारासाठी देवाला हात जोडले आणी म्हणाले तू बांधलेली लग्नगाठ चुकेल कशी. शेवटी जगाच्या पालन कर्त्याला बापाचं दुःख समजू शकते; म्हणूनच तोच लग्नाच्या गाठी मारून जोड्यांना पृथ्वीवर पाठवतो. आणि आपलं बापाचं कर्तव्य पार पाडतो.